सरमिसळ

I0678669

द. मा. मिरासदार

मेहता पब्लिशिंग हाऊस

SARMISAL by D. M. MIRASDAR

सरमिसळ : द. मा. मिरासदार / कथासंग्रह

द. मा. मिरासदार
१२६०, अक्षय सहनिवास, तुळशीबागवाले कॉलनी,
सहकारनगर नं.२, पुणे - ४११००९.

© सुनेत्रा मंकणी

प्रकाशक : सुनील अनिल मेहता, मेहता पब्लिशिंग हाऊस,
१९४१, सदाशिव पेठ, माडीवाले कॉलनी,
पुणे – ४११०३०. ☎ ०२०-२४४७६९२४
E-mail : info@mehtapublishinghouse.com
Website : www.mehtapublishinghouse.com

अक्षरजुळणी : इफेक्ट्स,२१/६ब, आयडिअल कॉलनी, कोथरूड, पुणे – ३८.

मुखपृष्ठ : शि. द. फडणीस

प्रकाशनकाल : १९७२ / १९८१ / १९८८ / १९९० / १९९९ /
मेहता पब्लिशिंग हाऊस, पुणे यांची सहावी आवृत्ती : मार्च, २०११ /
ऑक्टोबर, २०११ / एप्रिल, २०१३ / जून, २०१५ /
पुनर्मुद्रण : ऑगस्ट, २०१८

P Book ISBN 9788184982282
E Book ISBN 9788184987973

E Books available on : play.google.com/store/books
www.amazon.in

मराठी ग्रामीण कथालेखनातील
मानाचे मानकरी

शंकर पाटील

यांसी
प्रेमपूर्वक

अनुक्रमणिका

झटपट मंत्री व्हा! अर्थात मंत्र्यांसाठी शिक्षण-शिबिर । १

माझी व्याख्यानयात्रा । ९

बापूजींचा आवाज । १६

माकडांची म्युनिसिपालिटी । २४

दोन बैलांची सुरस गोष्ट । ३०

माझे माहेर : पंढरपूर । ३४

'देव आहे काय?'- काही देवांच्या मुलाखती । ४२

पशूंची निषेध सभा- राष्ट्रीय प्राणी 'सिंह?' छे! । ४७

भारतीय चांद्रयानाचे भ्रमण । ५२

गणपतीची जनतेला विनंती । ६१

यांचाही खून झाला असता! । ६५

बँक राष्ट्रीयीकरण- एक दुखवट्याची सभा! । ६८

मऱ्हाटी मने उचंबळून टाकणारी पंढरीची यात्रा । ७२

राजकीय स्वयंपाकघरातील नवे रुचकर पदार्थ । ८१

पानिपतचे चौथे युद्ध । ८५

माश्यामारी । ९०

एका काँग्रेस कमिटीतील गणेशोत्सव । ९५

'एप्रिल फूल'चा एक नवा आविष्कार । ९९

पुण्यातील उन्हाळा । १०२

जातीय दंगली : काही विचार । १०७

गणेशोत्सवाविषयी थोडेसे । १११

लढाईची खुमखुमी । ११६

जीवन : एक क्रीडांगण । १२३

झटपट मंत्री व्हा!
अर्थात मंत्र्यांसाठी शिक्षण-शिबिर

आमच्या गावात आत्तापर्यंत अनेक शिबिरे आणि वर्ग झाले होते आणि सगळे यशस्वी रीतीने पारही पडले होते. 'लेखकांचा कारखाना' तर महिनाभर चालला होता. पोहण्याचे उन्हाळी वर्ग दोन महिने चालले होते. बायकांचा पोहण्याचा वर्ग तर आणखीही काही दिवस चालू ठेवावा अशी बऱ्याच लोकांची मागणी होती. (पण प्रत्यक्षात फक्त पोहणे न शिकलेल्या लठ्ठ बायकाच त्यासाठी उरल्यामुळे तो वर्ग पुढे बंद पडला. ते असो.) हजार पाकक्रियांचाही क्लास कित्येक दिवस घमघमत होता, पण मंत्र्यांसाठी उन्हाळी शिबिर किंवा शिक्षण-वर्ग ही कल्पना नवीन होती. आमचे गाव हे थंड हवेचे ठिकाण असल्यामुळे या शिबिरासाठी आमच्या गावाची मुद्दाम निवड करण्यात आली असे समजले. ज्याला मंत्री होण्याची इच्छा असेल किंवा शक्यता असेल त्या मंडळींकडून अर्ज मागविण्यात आले होते व त्यांपैकी काही निवडक लोकांनाच प्रशिक्षण का काय ते देण्यात येणार आहे, अशीही माहिती कळली. सरकारने जर ही गंगा आपल्या दाराशी आणली आहे तर तिचा लाभ न घेणे बावळटपणाचे ठरले असते, म्हणून गावातील अनेकांनी अर्ज केले. त्यात तीन-चार मास्तर, दोन वकील व एक सरकारी नोकरही होता, पण त्या सर्वांचे अर्ज नामंजूर झाले. व्यवसाय या सदरात मी 'बेकार' असा शेरा लिहिल्यामुळे माझी निवड मात्र झाली. याशिवाय गावातील दोन पैलवान आणि मंडईतील बागवान गुलाबभाई जमालभाई यांचीही निवड करण्यात आली होती. आय.ए.एस.ची परीक्षा झाल्यावर यशस्वी उमेदवारांना नोकरी ही मिळतेच. त्याप्रमाणे या शिबिरातील शिक्षण पूर्ण झाल्यावर मंत्र्याची नोकरी हमखास मिळणार अशी सर्वत्र बोलवा होती. त्यामुळे आम्ही सर्वजण अतिशय खुशीत होतो.

शिबिराचा दिवस जसजसा जवळ येऊ लागला तसतसे माझे हृदय आनंदाने बागडू लागले. पूर्वतयारी म्हणून पांढरेशुभ्र खादीचे दोन ड्रेस मी गुपचूप शिवून टाकले. पांढरी टोपी न पडता कलती ठेवण्यासाठी तासन्तास आरशासमोर उभा

राहून सराव सुरू केला. चेहरा एकसारखा हसतमुख ठेवण्यासाठी मी एकसारखा विनोदी वाङ्मय वाचू लागलो. दोन्ही हातांनी सफाईदार नमस्कार करता यावा म्हणून कवाईत शिकविणाऱ्या व्यायामशाळेत नावही दाखल केले. इतकी सगळी पूर्वतयारी केल्यावर शिबिरात आपली छाप पडेलच अशी माझी खात्री होती. बाकीचे शिक्षण प्रत्यक्ष शिबिरात होईलच असा हिशेब करून मी मधूनमधून चेहरा चिंतामग्न करण्याची फक्त प्रॅक्टिस चालू ठेवली.

प्रत्यक्षात शिबिर सुरू झाले तेव्हा गावात खूपच उत्सुकता निर्माण झाली होती. या शिबिरात नेमके काय होणार आहे हे माहीत नसल्यामुळे पहिल्या उद्‌घाटनाच्या कार्यक्रमास तोबा गर्दी लोटली होती. शिबिरातले सगळे उमेदवार खादीचा ड्रेस घालून हजर होते. सर्वांच्याच मुद्रा हसतमुख होत्या. त्यामुळे सगळे सारखेच दिसत होते. मंत्र्यांचा पगार काय, त्यांना टी.ए.डी.ए. किती दिवसांनी मिळतो, त्यांना किती दिवसांनी गाडी बदलता येते, कोणकोणती खाती सर्वांत जास्त उपयुक्त असतात, यावर मधूनमधून चर्चा चालू होती.

शिबिराच्या उद्‌घाटनाला कोणत्यातरी प्रांतातले एक मंत्रीच आणले होते. टाळ्यांच्या कडकडाटात ते आपल्या खुर्चीत डोळे मिटून पडल्यावर या शिबिराचे संयोजक देशभक्त आबाजी टोणपे ऊर्फ टोणपे गुरुजी यांनी या शिबिरामागील उद्देश समजावून सांगितला. आपल्या खणखणीत आवाजात ते म्हणाले, "मित्रांनो, हा लोकशाहीचा काळ आहे व लोकशाहीत समाजाला मंत्र्यांची गरज आहे. आपला देश हा विकसनशील वगैरे असल्यामुळे भविष्यकाळात मंत्र्यांची याहीपेक्षा मोठी गरज भासणार आहे. सरकारे एकसारखी उलथत आहेत. निरनिराळ्या पक्षांचे सरकार गादीवर येत आहे. त्यामुळे मंत्रीही एकसारखे बदलत आहेत, पण लायक मंत्र्यांचा एकूण दुष्काळच आहे! यापुढे तरी हा तुटवडा पडू नये म्हणून आमच्या संस्थेतर्फे हे शिबिर सुरू करण्यात येत आहे. ते यशस्वी झाल्यास दरवर्षी हे शिबिर भरवण्यात येईल असे मी जनतेला आश्वासन देतो." (टाळ्या.)

लोकांनी टाळ्या वाजवल्यामुळे झोपलेले पाहुणे मंत्री जागे झाले आणि सवयीप्रमाणे भाषण करण्यासाठी ताबडतोब उठून उभे राहिले. ते म्हणाले, "आज या कार्यक्रमाचे उद्‌घाटन करताना मला फार आनंद होत आहे. असे कार्यक्रम देशासाठी हवे आहेत. आपल्याला देशाची प्रगती करावयाची आहे. मग चांगल्या गोष्टीत मागेपुढे पाहून चालणार नाही. आज आपल्याला खरी गरज असेल तर याच गोष्टीची आहे. वास्तविक मला खूप सरकारी कामे होती. कंटाळलो होतो, पण तुमच्या संचालकांनी माहिती सांगितल्यावर मला आनंद झाला. आज तुमच्यामध्ये येऊन हे चार शब्द सांगताना मला फारच आनंद होत आहे. तुमचा हा कार्यक्रम–"

येथे सन्माननीय मंत्री जरा अडखळले व जरा आठवू लागले. मग मदतीसाठी

म्हणून त्यांनी आसपास पाहिले, पण यावेळी टोणपेगुरुजी डोळे मिटून पडलेले होते. त्यामुळे त्यांना पुढे बोलणे अशक्य झाले. मग डाव्या हातावरील घड्याळाकडे एकवार पाहून ते म्हणाले, ''तर अशा रीतीनं या इमारतीचं उद्घाटन झालं असं मी जाहीर करतो. आता लवकरच भूमिपूजन आणि पायाभरणी होऊन काम ताबडतोब सुरू होईल अशी मी आशा करतो.''

मंत्र्यांचे हे भाषण ऐकून श्रोत्यांत थोडी चुळबुळ सुरू झाली व काही श्रोते तर बावळटपणाने खो खो हसलेसुद्धा! ते पाहून मंत्रिमहोदय थोडेसे चमकले. हॉलमधील भिंतीवर एका 'सुखी संसारातील' मुलांचे भित्तिपत्रक तेवढ्यात त्यांना दिसले. तिकडे झटकन नजर टाकून ते घाईघाईने म्हणाले, ''हे तुमचं शिबिर यशस्वी होवो अशी मी इच्छा व्यक्त करतो. येथे होणारी प्रत्येक शस्त्रक्रिया यशस्वी व्हावी व सर्वांचे संसार सुखी व्हावेत अशी माझी मनापासून इच्छा आहे. शेवटी सर्वांना विनंती एवढीच की, आपण शिबिर संपल्यावर स्वस्थ बसू नका. गावोगाव या गोष्टीचा प्रचार करा.''

मंत्र्यांचे हे भाषण संपल्यावर ते घाईघाईने निघून गेले, कारण तासाभरात आणखी एक-दोन उद्घाटने उरकायची आहेत, असे त्यांनी जाताना सांगितले. ते निघून गेल्यावर मात्र निम्मी संख्या कमी होऊन सभेचा हॉल एकदम मोठा दिसू लागला. चौकशी केल्यावर मला असे कळले की, गेलेले बहुतेक लोक हे मंत्र्यांच्या खात्यातले सरकारी अधिकारी, कारकून व शिपाई होते. शिवाय पोलीस-खात्यातल्या लोकांचाही भरणा बराच होता. ही सर्व मंडळी काम संपल्यामुळे गेली आहेत.

उद्घाटनाचा कार्यक्रम अशा रीतीने उत्साहवर्धक वातावरणात संपल्यावर शिबिराचे खरे कामकाज सुरू झाले. या दैनंदिन कार्यक्रमाचे स्वरूप थोडक्यात असे होते-

सकाळी ८ ते १० प्रातर्विधी, स्नान व न्याहारी. नंतर वर्तमानपत्रे व त्यातील फोटो पाहणे.

१० ते १२ व्याख्यान

१२ ते ४ भोजन, विश्रांती व झोप

दुपारी ४ ते ८ प्रात्यक्षिके, व्यायाम, चर्चा व परिसंवाद

रात्री ८ ते १० फक्त भोजन

१० ते १ करमणुकीचे कार्यक्रम

शिबिराच्या या कार्यक्रमामुळे आमच्या मनात बरेच कुतूहल निर्माण झाले. व्याख्याने कोणाकोणाची व कसली हे काही कळेना. तसेच प्रात्यक्षिके व व्यायाम म्हणजे काय, त्याची या शिबिरात गरज काय, हेही काही ध्यानात येईना; पण शिबिरात दाखल झालोच आहोत तर कळेल हळूहळू, या विचाराने आम्ही स्वत:ची

समजूत घातली. या व्याख्यानांचा भाग खरोखरीच फार उत्तम रीतीने सुरू झाला. पहिलेच व्याख्यान 'निवडणुका कशा जिंकाव्यात व मंत्री कसे व्हावे' या विषयावर होते. आमच्या भागातील निवडणूकतज्ज्ञ देशभक्त- सोकाजीराव मानकापे यांनी हा विषय आम्हाला फार उत्तम रीतीने समजावून दिला. सोकाजीराव यांची या क्षेत्रातील योग्यता वादातीत होती. ते म्युनिसिपालिटीत पाच वेळा आणि जिल्हा परिषदेत दोन वेळा निवडून आलेले असून, सध्या ते आमदार होते. लवकरच लोकसभेलाही उभे राहण्याचा त्यांचा इरादा होता. प्रत्येक निवडणुकीत ते प्रचंड बहुमतांनी निवडून येत व एकदा त्यांच्या विरुद्ध उभा राहिलेला उमेदवार पुन्हा उभा राहण्याचे धाडस करीत नसे. निवडणुकीनंतर तो कमीत कमी एक महिना तरी इस्पितळातच असे. प्रतिस्पर्धी उमेदवाराला कसा धाक घालावा, वेळप्रसंगी त्याला मारहाणही करणे कसे आवश्यक असते हा मुद्दा सोकाजीरावांनी स्वानुभवाच्या गोष्टी सांगून विशद केला. नंतर जातीचा उपयोग, पैशाची वाटणी, गुपचूप अफवा आणि कंड्या पिकवण्याचे महत्त्व, गावातील टगे व गुंड लोकांशी भावनात्मक एकता निर्माण करण्याची जरुरी, खोट्या मतदानाचे प्रमाण इत्यादी मुद्देही त्यांनी बहारदारपणे रंगविले! 'मंत्री कसे व्हावे' हे सांगताना ते म्हणाले,

"मंत्री होण्यासाठी मुख्य अट म्हणजे कोणत्या विषयाची कसलीही माहिती नसणे ही होय. एखाद्या विषयाचा तुम्ही अभ्यास केला असेल तर मंत्रिपद कठीण जाते ही गोष्ट पक्की लक्षात ठेवा. उत्तम पोषाख करता येणे व गंमतीदार भाषण करता येणे या दोनच गोष्टी या दृष्टीने महत्त्वाच्या आहेत. हे जमले तर आठ-दहा मंडळींचा गट करून तुम्हाला मंत्रिपद मिळवता येते..."

सोकाजीरावांच्या भाषणापेक्षाही दुसऱ्या दिवशीचे व्याख्यान अधिक रंगले. विषय होता, 'गटबाजी म्हणजे काय व ती कशी करावी?' यासाठी खास बाहेरच्या जिल्ह्यातील अनेक नामवंत गटबाज पुढारी बोलावलेले होते. देशभक्त नानासाहेब कासोटे यांचे नाव कुणाला माहीत नाही? त्यांचे नाव उच्चारल्याबरोबर विरोधी पक्षातलेच नव्हेत तर त्यांच्या पक्षातलेही लोक चळचळा कापतात. एखाद्या गावात भांडणे कशी लावावीत व तेथील कार्यकर्त्यांत लठ्ठालठ्ठी कशी घडवून आणावी या कामात त्यांचा हात धरणे कठीण. ते आपल्या भाषणात म्हणाले, "सत्ता हातात आल्यावर मंत्र्याने पहिली गोष्ट करावयाची ती ही की, प्रत्येक जिल्ह्यात, प्रत्येक तालुक्यात, प्रत्येक गावात आपल्याच पार्टीत आपला असा ग्रुप स्थापन केला पाहिजे. गावोगाव आपली पार्टी आणि विरुद्ध पार्टी अशा मारामाऱ्या सतत चालू पाहिजेत. तरच आपले स्थान अबाधित राहते. बाकीची मंडळी फक्त लठ्ठालठ्ठी करण्यातच गुंतून पडतात. त्यासाठी मधूनमधून दौरे काढणे आवश्यक असते. अशा दौऱ्यांच्या वेळी दर ठिकाणी दोन्ही ग्रुपमधील लोकांना एकत्र बोलावून त्यांचे भांडण

मिटविण्याचा प्रयत्न करावा. पक्षाची संघटना बळकट करण्याचा उपदेश करावा आणि तिसरेच एक पिल्लू तेथे सोडून परत यावे. असे केले म्हणजे पुन्हा मारामाऱ्या सुरू होतात. मंत्री व्हायचे असेल तर हे व्यवहारज्ञान अत्यंत आवश्यक आहे...''

शिबिरातील व्याख्यानांचे विषय असे विविध प्रकारचे होते. एक व्याख्यान 'पैसे गुपचूप कसे मिळवावेत व इस्टेट कशी करावी' या विषयावर शेठ गट्टूलाल यांचे झाले. तेही सरस झाले. अनेक नवीन गोष्टी आम्हाला समजल्या. 'मंत्र्यांची मुले व त्यांचे कर्तव्य' या विषयावरील व्याख्यानही फारच उद्‌बोधक वाटले. या भाषणात विद्वान वक्ते म्हणाले, ''प्रत्येक मंत्र्याला मुले ही असावीतच. त्याच्या जोडीला मुली आणि जावई कंपनी असल्यास फारच उत्तम. आपली मुले ही कॉन्व्हेंटच्या शाळेत पाठवून नंतर उच्च शिक्षणासाठी परदेशी धाडून द्यावीत. ही मुले शिक्षणानंतर कसलीही नोकरी करणार नाहीत याची दक्षता घ्यावी. म्हणजे ती मोटारीतून हिंडण्याफिरण्यास, दारू पिऊन दंगा करण्यास व अनेक उपद्‌व्याप करण्यास मोकळी राहतात. त्यांचा स्वभाव थोडासा उद्धट व अरेरावी करणारा असावा. म्हणजे ती मंत्र्यांची मुले आहेत हे सर्वांच्या पक्के ध्यानात राहते. त्यांनी गावोगाव हिंडावे म्हणजे सरकारी अधिकाऱ्यांना काम मिळून त्यांची कार्यक्षमता वाढते. शिवाय मंत्र्यांची मुले इतकी टर्रेबाज तर खुद्द मंत्रिमहोदय कसे असतील असे वाटून अधिकाऱ्यांच्या मनात धाक उत्पन्न होतो. जावई मनुष्य हा पैसे मिळविण्यासाठी उत्तम साधन असतो. त्याच्या नावाने एखादा धंदा काढून दिल्यास किंवा एखादे कंत्राट, एखादी एजन्सी मिळवून दिल्यास व्यापाऱ्यांचीही उत्तम सोय होते. या दृष्टिकोनातून तुम्ही आपली मुले ट्रेण्ड केल्यास पुढे मंत्रिपद जड जाणार नाही असे मला वाटते...''

आणखी एक व्याख्यानाचा विषय म्हणजे- 'वृत्तपत्रातील आपली प्रसिद्धी व ती सतत चालू ठेवण्याचे मार्ग' होता. वर्तमानपत्रातल्या बातमीदार, संपादक वगैरे मंडळींना कसे हाताशी धरावे, त्यांना सतत खाऊपिऊ घालून ते त्रस्त समंध कसे शांत करावेत आणि या भाटांमार्फत आपली जाहिरात रोज कशी करून घ्यावी यासंबंधी व्याख्यात्यांनी फारच मोलाचे विचार ऐकवले. एकूण व्याख्यानांचा कार्यक्रम सर्वच उत्तम झाला आणि आम्हाला बरेच नवीन ज्ञान प्राप्त झाले.

'प्रात्यक्षिके आणि व्यायाम' हा कार्यक्रम तर व्याख्यानापेक्षाही मनोरंजक होता. मंत्र्याने भाषणे कशी द्यावीत याचे एकदा प्रात्यक्षिक करून दाखविण्यात आले. पायाभरणी, भूमिपूजन, उद्‌घाटन, कार्यकर्त्यांना मार्गदर्शन, शिक्षण संस्थेस भेट, लहान मुलांना उपदेश, जाहीर सभा या सर्वच प्रसंगी एकच भाषण, पण निरनिराळ्या तऱ्हेने कसे करता येते याचे प्रात्यक्षिक पाहून सारेजण खूश झाले. सभेत उभे कसे राहावे, नमस्कार करताना दोन्ही हात खुबीदारपणे कोपरापासून कसे जुळवावेत,

मुद्रेवर हसण्याचा आविर्भाव कशा प्रकारे करावा याचीही प्रात्यक्षिके झाली. मुद्रेवर अखंड हास्य कसे ठेवावे, हे शिकविण्यासाठी मुद्दाम एका नाटक कंपनीतले दिग्दर्शक बोलाविलेले होते. त्यांनी आठ दिवस रोज एक तास याप्रमाणे आम्हाला स्मितहास्याची संथा दिली.

व्यायामाच्या वेळात काही खास योगासने शिकविण्याची व्यवस्था केली होती. मुख्य मंत्री, केंद्रीय मंत्री आणि परदेशी पाहुणे यांना विमानतळावर भेटावयाचे झाल्यास शरीर कमरेपासून खाली किती अंश झुकविले पाहिजे याचे शिष्टाचार ठरलेले असतात, अशी माहिती याप्रसंगी सांगण्यात आली. म्हणून कमरेपासून खाली झुकण्यास एक वेगळाच व्यायाम आम्हाला शिकविण्यात आला. हे आसन आत्ताच शिकले पाहिजे. एकदा मंत्री झाले की, पोट सुटते आणि मग वाकण्याचा झोक नीटसा साधत नाही, असे याचे कारण देण्यात आले. ते अगदी समर्पक वाटले. तारेवरून कसरत करण्याची प्रॅक्टिसही चिक्कार घेण्यात आली. विधानसभेत आणि बाहेर ही कसरत मंत्र्याला सतत करावी लागते. त्यामुळे हाही व्यायाम आवश्यक होता. छत्री किंवा काठी हातात घेऊन तोल साधण्यास मात्र येथे पूर्ण बंदी होती. त्याऐवजी आपल्या पक्षाचा जाहीरनामा हातात घेऊन हा तोल प्रत्येकाने साधला पाहिजे, असे आम्हाला सांगण्यात आले.

व्यायामाच्या या तासाला काही शस्त्रविद्या व नेमबाजीही शिकविण्याची व्यवस्था संचालकांनी केलेली होती. विधानसभेतील खुर्ची उचलून दुसऱ्या सदस्याच्या टाळक्यात कशी हाणावी, विरोधी पक्षातल्या आमदाराशी थोडक्यात गुद्दागुद्दी कशी करावी, समोरच्या टेबलावरील पेपरवेट नेम धरून बरोबर सभापतीच्या नाकावर कसा हाणावा याचे शिक्षण मला फारच उपयुक्त व व्यवहारोपयोगी वाटले. नेमबाजी विद्या नीट येत नसल्यामुळेच नेम धरून मारलेला पेपरवेट कसा वाया जातो, गुद्दागुद्दी नीट करता आली नाही तर ते शस्त्र आपल्यावरच कसे उलटते याचे प्रात्यक्षिक मला फारच प्रभावी वाटले. (आमच्या गावातील पैलवान बाबुलाल याने प्रात्यक्षिकाच्या तासाला डेमॉन्स्ट्रेटर पिलोबा दांडगट यांच्याच डोक्यावर लोखंडी खुर्ची हाणल्यामुळे पिलोबा तीन दिवस हॉस्पिटलमध्ये पडून होते. तेवढे खाडे वगळता बाकीचे सर्व तास उत्तम रीतीने पार पडले.)

चर्चेचा वेळही असाच सत्कारणी लागल्यासारखा वाटला. एक चर्चा तर भलतीच रंगली. विषय होता– 'विरोधी पक्षाचे आमदार कसे फोडावेत आणि आपले सरकार कसे टिकवावे' हा! त्यासाठी मुद्दाम उत्तर हिंदुस्थानातील एक निर्ढावलेले जुने मंत्री मुद्दाम मागविलेले होते. त्यांनी पहिल्यांदा दहा मिनिटं प्रास्ताविक माहिती दिल्यावर नंतरचा शंका-समाधानाचा कार्यक्रम फारच मनोरंजक झाला. एका शिकाऊ उमेदवाराने भीत-भीत प्रश्न विचारला, "विरोधी पक्षाच्या फोडलेल्या आमदाराने

सरकार पक्षाकडे जाताना कोणती घोषणा करणे आवश्यक असते?''

ते उत्तर हिंदुस्थानी मंत्री बोलले, ''माझा पक्ष यापुढे देशहिताच्या दृष्टीने काही भरीव कामगिरी करू शकेल असे वाटत नाही. आजचा अधिकारावर असलेला पक्षच ही गोष्ट करू शकेल असे मला प्रामाणिकपणे वाटते. म्हणून जनतेची खरीखुरी सेवा करण्यासाठी मी त्या पक्षात प्रवेश करीत आहे. मला अधिकारपदाचा मोह नाही... साधारण एवढे मुद्दे आले म्हणजे पुरे.''

मी विचारले, ''विरोधी आमदार पैशाने वश होत नाही असं आढळून आल्यास उपाय?''

''उपाय लागेल तेवढे.''

''ते कोणते?''

''पहिली गोष्ट म्हणजे त्याला ताबडतोब पळविणे आणि अज्ञात ठिकाणी ठेवणे. त्याच्या बायकोने पोलिसांत तक्रार करून पोलीस प्रत्यक्ष चौकशी करेपर्यंत मधे पुष्कळ वेळ जातो. या वेळात पैसा, धाकदपटशा या दोन शस्त्रांनी त्याचे हृदयपरिवर्तन घडवून आणायचे. अगदीच उपाय न चालल्यास त्यालाच मंत्री करण्याचे आश्वासन दिले म्हणजे झाले! हा उपाय बहुतेक लागू पडतो.''

''आपले सरकार टिकविण्यासाठी काय करावे?''

''त्यासाठी मुख्य मंत्री खंबीर पाहिजे. त्याने कधीही राजीनामा म्हणून देता उपयोगी नाही. 'आमचे बहुमत कायमच आहे' हा ठेका त्याने सतत ठेवला पाहिजे. आपले चार आमदार फुटले असे वाटले तरी त्याने गडबडून जाता कामा नये. याचवेळी विरोधी पक्षाचे सहा आमदार आम्हाला येऊन मिळालेले आहेत असे त्याने ताबडतोब जाहीर केले पाहिजे.''

''इतके करून पराभव झाला तर?''

''होता कामा नये. मुख्य म्हणजे विधानसभेची बैठक त्याने लवकर बोलावता उपयोगी नाही. भरली तरी ताबडतोब आरडाओरडा करून त्या गडबडीत विरोधाचा ठराव नापास झाल्याचे जाहीर करता आले पाहिजे. ही अर्थातच अवघड गोष्ट आहे, पण निष्ठेने साधना केल्यास या गोष्टी हळूहळू जमू लागतात. त्यासाठी सभापती आपल्या बाजूचा असल्यास उत्तम.''

''तरीपण अविश्वासाचा ठराव–''

''जर मंजूर झाला तरी त्यानं राज्यपालांना भेटून ठरावाच्या कायदेशीरपणाबद्दल शंका व्यक्त करावी. मुख्य म्हणजे हा ठराव संमत झाला तर विधानसभा विसर्जित करून नव्या निवडणुका घेण्याचा सल्ला आपण राज्यपालांना देणार आहोत असे जाहीर करून टाकावे. त्यामुळे बरीच कच्ची पात्रे दबकतात. त्याचा उपयोग होतो.''

अशा चर्चा खूपच रंगतदार झाल्या. जेवणाच्या कार्यक्रमाच्या वेळीसुद्धा या

चर्चा चालत. मोठ्या डिनर-पार्टीच्या वेळी खाता-खाता कसे उद्बोधक भाषण करावे याचाही एक वस्तुपाठच आम्हाला प्रत्यक्ष देण्यात आला.

एकूण आठ दिवस हे शिक्षण-शिबिर उत्साहाने चालू होते. दिवसेंदिवस सर्व उमेदवारांची चांगलीच प्रगती होत होती. रात्रीच्या करमणुकीच्या कार्यक्रमातदेखील थोडेफार शिक्षण होतेच. असंबद्ध भाषणाचा कार्यक्रम म्हणून काहींनी जो विनोदी कार्यक्रम सादर केला, त्यामुळे खूप हशा तर पिकलाच, पण तीच भाषणे मंत्र्यांची भाषणे म्हणूनही अभ्यासाच्या वेळी आम्हाला उपयोगी पडली. शास्त्रोक्त संगीतातील ताना, बोलताना, बकरीताना या सर्व ताना जाहीर सभेतील भाषणासाठी सूर लावताना चांगल्याच उपयोगी पडल्या. शेवटच्या समारोपाच्या दिवशी छोटीशी परीक्षा घेण्यात येऊन सर्वांना प्रमाणपत्रे देण्यात आली. हाही कार्यक्रम एका मंत्र्याच्याच हस्ते मुद्दाम करण्यात आला. त्याप्रसंगी भाषण करताना सदरहू मंत्री भरल्या आवाजात म्हणाले,

''माझ्या मित्रांनो! आत्तापर्यंत आठ दिवसांच्या ट्रेनिंगनं तुमच्या हे लक्षात आलं असेल की, मंत्री होणं ही गोष्ट सोपी नव्हे. 'जया अंगी मोठेपण...' का असंच काहीतरी ज्ञानेश्वरांनी सांगितलं आहे ना?– असं म्हणतात हं, मी काही प्रत्यक्ष ज्ञानेश्वरांचं ऐकलेलं नाही– पण ते अगदी खरं आहे. घावाची टाकी सोसल्यावाचून माणूस गॉड होत नाही म्हणतात तेही तितकंच खरं आहे. असो, तर तुमच्या संस्थेची अशीच भरभराट होवो अशी माझी प्रार्थना आहे. उद्घाटन झालेल्या कामाचा समारोपही होत आहे हे पाहून मला फारच आनंद होत आहे. प्रत्येक ठिकाणी, नुसती उद्घाटनं करून करून मी अगदी वैतागून गेलो आहे. हा समारोपाचा कार्यक्रम मला फार आवडला. पुढच्या वर्षी सुरुवातीलाही तुम्ही उद्घाटनाच्या ऐवजी समारोपाचाच कार्यक्रम ठेवा अशी मी सूचना करतो.''

टाळ्यांच्या प्रचंड गजरामध्ये हे भाषण संपल्यावर शिबिराचाही कार्यक्रम संपला. सर्व उमेदवार मंत्र्यांच्याइतकाच गंभीर चेहरा करून बाहेर पडले. निवडणुका आता जवळच आल्या आहेत. बहादुरीचे घोडामैदान अगदी नजीकच आहे. या निवडणुकीत उभे राहून कोणकोणते उमेदवार मंत्री होतात ते आता पाहायचे. ट्रेंड माणसाची गरज दिवसेंदिवस वाढत असल्यामुळे पुष्कळांना या सुवर्णसंधीचा फायदा मिळेल, ह्या एकमेव आशेवर ट्रेंड मंडळी वाट पाहत आहेत.

★

माझी व्याख्यानयात्रा

व्याख्यान देण्याची मला नुसती हौस नाही तर खाज आहे, असे म्हटले तरी चालेल. कुठेही, कुणीही व्याख्यानाचे निमंत्रण दिले (आणि त्याचबरोबर थोडे पैसेही दिले) तर मी व्याख्यानासाठी जातो. गेली अनेक वर्षे हा धंदा मी करीत आलो आहे. यापुढेही यात काही खंड पडेल असे वाटत नाही. याचे साधे कारण असे आहे, की मला या निमित्ताने 'माणूस' नावाच्या प्राण्याकडे जाता येते. एरवी पोटापाण्याच्या धांदलीत किंवा आपल्याच तंद्रीत हा 'माणूस' दिवसेंदिवस भेटतच नाही. भेटतात ते नेहमीचे मित्र, व्यवसायातले सहकारी किंवा सार्वजनिक क्षेत्रातील लब्धप्रतिष्ठित मंडळी. त्यांना काही मी (चांगल्या अर्थाने) 'माणूस' समजत नाही. खरी माणसे आपणहून घरी क्वचित येतात, पण रेल्वेत, बसच्या धक्काबुक्कीत, जत्रेत, व्याख्यानाच्या ठिकाणी हे प्राणी कळपाकळपाने भेटतात आणि कसे अगदी बरे वाटते! खेड्यापाड्यातून तर यांची वस्ती बहुत. म्हणून खेड्यात जायला मी उत्सुक असतो. मग ते गाव आडवळणी, अगदी गाडीवाटेवरचे असले तर आणखी उत्तम. अशा ठिकाणी तर कोरी करकरीत, निर्मळ, नव्या ब्रँडची ताजीताजी कुरकुरीत माणसे भेटतात. फार मजा वाटते. मराठवाड्यातून अजून अशी गावे शिल्लक आहेत. त्या ठिकाणी जायला रेल्वे आणि मोटार या गोष्टी तर सोडाच, पण पावसाळ्यात बैलगाडीही उपयोगी पडत नाही. पुरुष-दीड पुरुष उंचीचा चिखल सगळीकडे झाल्यावर बैलगाडी तरी कशाला जाईल? अशा ठिकाणी घोडे हेच एकमेव साधन. अशा एका नामांकित पाटलाच्या घोड्यावर बसून मी त्या गावी व्याख्यानाला गेलो आहे. विनोदावर अनेकांनी अनेक व्याख्याने आतापर्यंत दिली असतील, पण घोड्यावर बसून विनोदावर व्याख्यान द्यायला जाणारा वक्ता मीच बहुधा पहिला असेन!

दोन वर्षांपूर्वीच मी एका गावी गेलो होतो. बसने वाटेत कुठेतरी उतरलो. तिथून गाव पाच मैल होते. रस्ता म्हणजे फक्त गाडीवाट. बैलगाडी येईल आणि सुखासमाधानाने तिथे जाऊन पोहोचू ही माझी कल्पना. म्हणून रस्त्याकडेच्या एका हॉटेलच्या बाकड्यावर पडून मी पुस्तक काढले आणि वेळ घालवण्यासाठी वाचीत बसलो. समोरच एक मुलगा तट्टू घेऊन बसला होता, पण मी त्याच्याकडे कशाला लक्ष

देतो? त्याच्याकडे मधूनमधून पाहात मी पुस्तकाची पाने चाळीत होतो आणि बैलगाडीची वाट पाहत होतो. तास झाला, दोन तास झाले. दिवस मावळायला आला तरी बैलगाडी आली नाही. तेव्हा मी जरा अस्वस्थ झालो. तेवढ्यात तो पोरगा माझ्याजवळ आला. माझ्या तोंडाकडे कुतूहलाने पाहत त्याने विचारले, ''तुमीच भासन करनारे हैत का?''

मी मान हलवून म्हटले, ''हो, का?''

''अवं, कवाधरनं बसलो की मी, चला.''

''अन् बैलगाडी कुठाय?''

''गाडी गुतली मळ्यात. म्हनून गुर्जी म्हनले, पाटलाचं घोडं घिऊन जा. ह्ये काय घोडं!''

आपल्याला घोड्यावर बसून जावे लागेल हे माझ्या ध्यानीमनीही नव्हते. हे सगळे कसे काय जमणार हे मला कळेना, कारण लहानपणी एक-दोनदा 'घोडा' या प्राण्याचा निकटचा परिचय करून घेण्याचा प्रयत्न मी केला होता, पण तो फारसा सफल झाला नव्हता. तेव्हापासून घोड्याबद्दल माझे मत तितकेसे चांगले नव्हते. लग्नातही तो चान्स मिळाला नव्हता. त्यामुळे हे प्रकरण कितपत आपल्याला झेपेल याची मला शंकाच होती. त्यातून माझ्याकडे एक सूटकेस, पिशवी असले सामान होते. हे सामान घेऊन घोड्यावर बसायचे की काय!

पण पोराने माझी शंका दूर केली. तो म्हणाला, ''तुमी बसा घोड्यावर, म्या सामान घेतो तुमचं.''

पोराने खोगीर आवळले आणि मी घोड्यावर बसलो तेव्हा अंधार पडायला अर्धापाऊण तास अवकाश होता. 'ह्या हितं दोन कोसावर तं हाय गाव...' या वाक्याने फसायला मी काही शहरी माणूस नव्हतो. साधारण दोन तासांची तरी निश्चिंती, या कल्पनेने घोड्यावर बसलो, पण हे दोन तास अंदाजापेक्षाही भयानक गेले. मुख्य म्हणजे घोडे 'ऐसा वारू चौदिसा कोस चाले' या जातीतले होते. खाण्यासारखे काहीही रस्त्यावर दिसले की, एकदम मान खाली करून ते हुंगत बसण्याची त्याची सवय तर फारच चमत्कारिक होती. यामुळे दोन-तीनदा तर मला केवळ त्याची आयाळ पकडूनच त्याच्यावरले स्थान कसेबसे टिकवावे लागले. अंधार झाल्यावर तर मग काय विचारता! 'पुंडलिक वरदा हरि विठ्ठल' म्हणायची पाळी आली. सभोवार सगळा काळामिट्ट अंधार. आवतीभोवती देखावाच काय, पण ज्यावर मी बसलो होतो ते घोडेही अखेर दिसेनासे झाले आणि आपण अगदी 'असाहाय्य, अबला' वगैरे आहोत असे मला वाटू लागले. मधले खड्डे, टेकाडे, बांध, ताली, ओढे यांचे वर्णन करीत बसत नाही. असा दोन तास प्रवास करून गावाच्या जवळपास आल्यावर जो प्रकार घडला तो खरा अद्भुत! गावाजवळच्या

ओढ्याच्या उतारावरून घोडे चालू लागले. तसा ओढा किंवा त्याचा उतार मला दिसत नव्हताच. फक्त घोडे फारच वाकले त्यावरून उतार लागला असावा असा मी तर्क केला इतकेच. त्या उतारावर नेमकी घोड्याच्या पोटाखाली बांधलेली खोगीरगाठ एकदम सुटली आणि खोगीर आणि मी एकदम खाली आलो. खोगीर अंधारात कुठेतरी जवळपास पडले आणि मी मात्र एका मातीच्या उंचवट्यावर दोन-तीन कोलांट्या खाऊन धडपडलो. 'अरे अरे अरे...' असा काहीतरी आरडाओरडा केला. त्यामुळे पुढे चालणाऱ्या पोराला काहीतरी दगाफटका झाल्याचा संशय आला. सामान ठेवून पळत पळत तो मागे आला. त्याने माझी चौकशी केलीच नाही. आधी घोडे कुठे गेले ते घाबऱ्या-घाबऱ्या पाहिले. त्याचेही खरे होते. मी कुठे पळून जाणे शक्यच नव्हते. घोडे पळून गेले म्हणजे पंचाईत. घोडे जागच्याजागी उभे आहे हे पाहिल्यावर त्याच्या जिवात जीव आला. मग त्याने मी कुठे आहे याची तपासणी केली. मी सुखरूप आहे हे पाहिल्यावर त्याने पुन्हा खोगीर आवळले. पुन्हा मी वर बसलो आणि आमचा हा 'काळोखातून काळोखाकडे' चाललेला प्रवास पुढे सुरू झाला.

गावात पोहोचल्यावर तिथले स्थानिक गुरुजी भेटले. व्याख्यानमालेचे ते कार्यवाह होते. त्यांना मी सर्व कथा गंभीरपणे सांगितली तेव्हा ते हसून म्हणाले, ''वा वा! विनोदी भाषणाला पार्श्वभूमी पण विनोदी झाली! झकास!''

त्या दिवशी व्याख्यान रात्री होते. व्याख्यानाला सुरुवात करतानाच मी म्हटले, ''आजचं माझं भाषण विनोदावर आहे. त्या भाषणाला पार्श्वभूमी विनोदी झाली असं तुमच्या कार्यवाहांचं मत आहे. माझाही काही मतभेद नाही, पण ही पार्श्वभूमी मघापासून ठणकते आहे एवढीच काय ती तक्रार आहे!...''

व्याख्यानबाजीच्या नादात असे प्रसंग नेहमी येतात. कुठे काय घडेल, कसली माणसे भेटतील आणि ती आपल्याला काय सुनावतील याचा नेम नाही. एका खेडेगावी आम्हा दोन वक्त्यांचे एकाच वेळी व्याख्यान होते. व्याख्यान गावातल्या खंडोबाच्या देवळात ठरले होते. देऊळ जुन्या बांधणीचे, स्वच्छ आणि प्रशस्त आवार असलेले होते. या ठिकाणी व्याख्यान होणार हे पाहून मला बरे वाटले. व्याख्यानाच्या आधी तासभर तिथल्या एका कट्ट्यावर आम्हाला बसवण्यात आले. सतरंजी वगैरे टाकली होती त्यावर बसून, पान खात आम्ही वेळ घालवीत होतो. तेवढ्यात कुणीतरी बत्ती आणून आमच्याजवळ ठेवली. कार्यकर्त्यांपैकी एक-दोघे उत्साही जवळपास बसलेच होते. कुणीही देवळात आले की, ही मंडळी त्याला हटकत आणि 'व्याख्यान आहे बरं का आता इथं' म्हणून सांगत. आलेला प्रत्येक माणूस मान हलवी, खंडोबाचे दर्शन घेऊन येई आणि नंतर बत्तीच्या उजेडात झगमगत असलेली आमची तोंडे न्याहाळून पाही आणि मग खालच्या दगडी पटांगणात स्थानापन्न होई. पन्नास माणसे अशी आम्हाला 'पाहून' गेली. मग मात्र

मला हसावे की रडावे ते कळेना. एकदम तमाशाची आठवण झाली. तमाशात अशीच रोखठोक पद्धत असते. बत्त्यांच्या उजेडात रंगीबेरंगी बाया नटून-थटून बाकड्यावर बसलेल्या असतात. त्यांची एकदम तोंडे पाहायची आणि मग तिकीट काढायचे. सगळा कसा रोखठोक मामला! माणूस पाहून तिकीट घ्यावे. मागाहून तक्रार चालणार नाही! आमचीही तोंडे ही मंडळी याच कुतूहलाने न्याहाळीत असावीत असा मला संशय आला. जरा चमत्कारिक वाटू लागले. थोडा वेळ विश्रांती घेण्याच्या सबबीवर मी हा 'तोंडदेखलेपणा' टाळला आणि सुस्कारा सोडला.

त्या व्याख्यानाला चांगली गर्दी होती. ते पाहून मन जरा प्रसन्न झाले. व्याख्यानाच्या वेळी पहिल्या वक्त्याचे भाषण झाले. ते गंभीर विषयावरचे होते. आता मी भाषण करायला उठणार, तेवढ्यात तिथला कार्यकर्ता माझ्या कानाशी लागला. "मिरासदारसाहेब, जोरात झाली पायजे बरे का, अगदी मस्त बेत जमला पाहिजे!" तो म्हणाला.

मी हळूच म्हटले, "म्हणजे? आपण विषय तरी काय जाहीर केला आहे? नाटकावरचाच आहे ना?"

"छे छे! सगळ्या गावात दवंडी दिलीय सकाळपासनं की, आत्रेटाईप व्याख्यान होणार आहे. सर्वांनी अवश्य येणे."

मी एकदम थंडगार झालो. "आत्रेटाईपचं व्याख्यान आहे म्हणून सांगितलंय?"

"तर काय हो! त्याशिवाय इतके लोक जमताहेत काय? एकदम कडक विनोदी हून जाऊ द्या. आलं का लक्षात?"

लक्षात काय आले कपाळ! पण करणार काय? चरफडत उठलो आणि भाषण सुरू केले. नाटक बाजूला ठेवले आणि विनोदावर बोललो. जेवढे विनोद अन् चुटके आठवले तेवढे ठोकून दिले. थोडाफार हशा पिकवून आणि बराचसा घाम काढून हुश हुश करीत खाली बसलो.

व्याख्यानात असले प्रसंग नेहमी येतात. आपण विषय ठरवलेला असतो एक, तिथल्या कार्यकर्त्यांचा मनसुबा असतो वेगळाच आणि पुढे बसलेली रसिक मंडळी निराळ्याच विषयांची 'फर्माईश' करतात. गाण्याच्या बैठकीप्रमाणे वक्त्यालाही अनेक आवडीच्या चिजांची फर्माईश करायची असते आणि त्यानुसार वक्त्याने थोडा थोडा प्रत्येक विषयाचा मसाला पुरवायचा असतो, अशी या रसिक मंडळींची कल्पना आहे की काय कोण जाणे! एका गावी एक म्हातारे पाटीलबुवा भेटले. कधीकाळी त्यांनी हरिभाऊंची 'उष:काल' ही कादंबरी वाचली होती. तिच्यातला 'सावळ्या' हा त्यांचा आवडता हीरो. हरिभाऊ जन्मशताब्दीनिमित्त माझे तिथे भाषण होते. त्यावेळी ते हट्टच धरून बसले– 'उष:कालची स्टोरी कंप्लीट सांगा.' दुसऱ्या एका व्याख्यानाच्या वेळी एक डॉक्टरसाहेब श्रोत्यांत होते. खेड्यात तेवढाच एकमेव जाणता श्रोता. त्यांना मी विनोदी लेखक वगैरे असल्याचे माहीत होते. व्याख्यान हरिभाऊंवर असले

तर हरकत नाही, पण मधूनमधून तुमच्या गोष्टीतला विनोद सांगा, असा त्यांचा आग्रह होता. काही काही कार्यकर्ती मंडळी फाजील उत्साही असतात. एकाने माझी ओळख करून देतादेताच जाहीर करून टाकले– "व्याख्यानानंतर मिरासदारसाहेब एक ग्रामीण गोष्ट सांगणार आहेत!" अशा वेळी कसे वागावे हा एक प्रश्नच असतो. काही काही वेळा खासगी बोलण्यात आपण जे बोलतो तेही कार्यकर्ती मंडळी खुशाल सभास्थानी जाहीर करतात. एका ठिकाणी मला आणखी एक दिवस थांबण्याचा आग्रह चालला होता. प्रकृती बरी नसल्यामुळे मी नको म्हणत होतो. "काल-परवापासून मला डीसेंट्रीचा त्रास होतोय, म्हणून या खेपेस माफ करा. सध्या मला घरी लवकर जाऊ द्या!" असे मी त्यांना म्हणालो. त्या दिवशी आभार मानताना हे सेक्रेटरी जाहीर सभेत म्हणाले, "आम्ही खूप आग्रह केला, पण ते काही ऐकत नाहीत. बाकी त्यांचाही निरुपायच आहे म्हणा. कालपासून त्यांना हगवण लागली आहे. आजही ते चार-पाच वेळा जाऊन आले. अजून पातळ होत आहे म्हणतात..." नशीब, श्रोत्यांनी हे सगळे गंभीरपणे ऐकून घेतले. मी मात्र खाली घातलेली मान सभा संपून मंडळींची पांगापांग झाल्यावरच वर केली!

विद्यापीठाच्या बहि:शाल व्याख्यानांसाठी हिंडत असताना आलेले हे अनुभव. या व्याख्यानांचा महत्त्वाचा विशेष म्हणजे श्रोते हा प्रकार जवळजवळ अदृश्यच असतो. अगदी ठार खेडे असले म्हणजे माणसे जमतात. कारण त्यांना दुसरा काहीच उद्योग नसतो आणि कुठेतरी जमायचे हे असतेच! व्याख्यान नसते तरी ही मंडळी कुठेतरी जमलीच असती, पण थोडे मोठे गाव असले की, श्रोत्यांना पाय फुटतात. व्याख्यान ह्या प्रकाराकडे कुणी फिरकत नाही. कार्यकर्त्यांना मोठ्या मुश्किलीने पाच-पन्नास मंडळी धरून आणावी लागतात. त्यात दहा-पाच पोरे आणि चार-दोन कान गेलेले म्हातारे असतात. तरणीताठी, धडधाकट श्रोतेमंडळी एकूण दुर्लभच! चुकून असलेच तर पहिल्या पंधरा-वीस मिनिटांच्या भाषणानंतर एकेकजण गडप होतो. शेवटी पुन्हा म्हातारेकोतारे आणि पोरेच राहतात. श्रोत्यांना बोलावण्याची ही क्रिया वक्ता मोटारीतून खाली स्टँडवर उतरला की सुरू होते. कार्यकर्त्यांबरोबर आपण मुक्कामाला घराकडे जात असतानाच तो रस्त्यात भेटलेल्या माणसाला आणि दुकानदाराला ओरडून सांगतो, "पाहुणे आलेले आहेत हं. व्याख्यानाला न विसरता या. येणार ना?"... त्या माणसाचे आपल्याकडे लक्ष असले तर तो सभ्यपणे सांगतो, "वा वा! अवश्य! तुम्ही व्हा पुढे, आलोच थोड्या वेळात." पण दुकानदार हा प्राणी जरा गाफील असतो. गिऱ्हाईक नावाच्या परमपूज्य दैवताच्या सेवेत तो गुंतलेला असल्यामुळे त्याचे आपल्याकडे लक्ष नसते. एकदा माझ्यासमोरच कार्यकर्त्याने दुकानदाराला आरोळी मारून बोलावले, "चला भगवानराव! येणार ना व्याख्यानाला?" त्याबरोबर भगवानराव शेंगदाण्याची पुडी बांधीत बांधीत तुच्छतेने

म्हणाले, "हॅ:! अरे काय उद्योग नाही का तुम्हाला अन् त्या व्याख्यान देणाऱ्याला?... जेव्हा बघावं तेव्हा आपलं व्याख्यान. आपल्याला नाही जमायचं हं. आधीच सांगून ठेवतो." एकदा एका म्हातारबुवांना आवाहन केल्यावर ते रस्त्यातच कार्यकर्त्यांना म्हणाले, "आता बंद करा तुमची ही व्याख्यानं. तुमच्या त्या व्याख्यानं देणाऱ्यांना म्हणावं, यानं काय पोट भरणार आहे आमचं? पोट भरायची काही विद्या असली तर सांगा. उगीच फालतू गोष्टी नको आहेत म्हणावं."

अशी ही मंडळी जमतात. पाच-पंचवीस जमले म्हणजे मी हळूच कार्यक्रम सुरू करायची खूण करतो, पण कार्यकर्ते मख्ख असतात. मी पुन्हा आठवण केलीच तर म्हणतात, "इथल्या लोकांना व्याख्यानाची काही आवडच नाही पाहा. नाटकं पाहतील, तमाशे पाहतील. परवा नकलांचा कार्यक्रम झाला तर ही गर्दी! एकेकाच्या अंगावर एकेक. अन् आज बघा. तुमच्यासारखा विद्वान माणूस येऊन काही आहे का? आपण असं करू, आणखी थोडा वेळ वाट पाहू अन् मग सुरू करू. इथं नऊ म्हणजे दहा-साडेदहा. इंडियन टाईम आपलं. ह्यॅ: ह्यॅ:!..." हे इंडियन टाईम मला माहीत असते म्हणूनच मला घाई असते, पण काही उपयोग होत नाही. दहा-साडेदहा होतातच. मग तिथून कार्यक्रमाची प्रस्तावना होते. गावातल्या कुणा ज्ञानवृद्ध, वयोवृद्ध आणि तपोवृद्ध अशा म्हातारबुवांची अध्यक्षस्थानी नियुक्ती होते. नंतर कुठले तरी गुरुजी व्याख्यात्यांची ओळख करून देतात. हा ओळख करून देणारा माणूस मी ताबडतोब ओळखतो, कारण तो व्याख्यानाच्या आधीच तुमच्या मुक्कामाच्या ठिकाणी येऊन घटकाभर गप्पा मारीत बसतो. बोलता बोलता आपण कोण, कुठले, शिक्षण कुठपर्यंत झाले, काय काय पुस्तके आहेत ही माहिती तो (त्याच्या समजुतीप्रमाणे) मोठ्या शिताफीने काढून घेतो. अशी माहिती कुणी सहज विचारू लागले की, मी नक्की ओळखतो, ही स्वारी आता व्याख्यानाच्या प्रसंगी आपला परिचय करून देणार. काही वेळेस मी अजिबात दाद देत नाही. कसलीही माहिती सांगत नाही. पाहू या काय होते ते, असे म्हणून मी असहकार करतो. त्या बिचाऱ्याची फार पंचाईत होते. त्याने नुसते नाव ऐकलेले असते, (काही वेळेला त्याचाही पत्ता नसतो.) पुस्तके वगैरे तर कुठलीही वाचलेली नसतात, पण सुरुवात करताना तो ठणकावून सांगतो:

"आजच्या विद्वान पाहुण्यांचं नाव कुणाला माहीत नाही? सबंध महाराष्ट्र त्यांना ओळखतो. त्यांचे पाय आपल्या खेड्याला लागले हे आपलं भाग्य आहे. त्यांनी बरीच पुस्तकं लिहिली आहेत. त्यांची नावं सांगून मी आपला अमूल्य वेळ घेत नाही..."

एका ठिकाणी तर परिचय करून देणारा मोठ्या आत्मविश्वासाने माझा 'मिरासदास' असा उल्लेख करीत होता. दुसऱ्या एका ठिकाणी भर सभेत मला प्रश्न विचारून

एकाने सभेला माहिती पुरवली. ''यांचं संपूर्ण नाव...'' मग मला विचारले, ''काय सबंध नाव म्हणालात आपलं?'' मी नाव सांगितले की, खणखणीत आवाजात ''हो, बरोबर आहे. यांचं संपूर्ण नाव अमुकअमुक आहे. हे मूळचे–'' लगेच मला पृच्छा ''कुठले?'' मी उत्तर दिले की इकडे तारस्वरात, ''हो, बरोबर आहे. हे मूळचे पंढरपूरचे.'' या पद्धतीने सुमारे दहा मिनिटे माझी अभिनव पद्धतीने ओळख करून देण्यात आली. आणखी एका ठिकाणी एकेक वाक्य उच्चारायचे आणि 'बरोबर आहे?' असा प्रश्न मला खणखणीत सुरात विचारायचा. या अभिनव पद्धतीने ओळख करून देण्यात आली. मी मान हलवून संमती दिली की पुढचे वाक्य, ''हे मूळचे पंढरपूरचे आहेत. बरोबर आहे?... त्यांचं सगळं शिक्षण पंढरपूर आणि पुणे इथं झालं. बरोबर आहे?... एम. ए. तर आहेतच, पण बी.टी.सुद्धा आहेत. बरोबर आहे?– ते पहिल्यांदा गुरुजी होते. मग प्रोफेसर झाले, बरोबर आहे?...''

असे हे व्याख्यान सुरू होते आणि कसेबसे संपते. व्याख्यान सुरू झाल्यावर थोड्या वेळाने मी पाहतो तेव्हा भिंतीकडेची माणसे झोपलेली दिसतात. काही पोरे चक्क आडवीही झालेली दिसतात. कुणी माना हलवीत असतात, पण त्या माझ्या वक्तृत्वपूर्ण शैलीला नसून पेंग येत असल्यामुळे असाव्यात असा मला सारखा संशय येऊ लागतो. काही मंडळी मधेच उठून जी बाहेर जातात ती परत येतच नाहीत. हळूहळू श्रोत्यांची (आणि जागृत श्रोत्यांचीही) संख्या रोडावू लागते. आता आणखी भाषण लांबले तर आपले आभार मानायला तरी कुणी जागेवर राहील की नाही अशी मला निष्कारण भीती वाटू लागते आणि मी व्याख्यान गुंडाळतो. मग आभारप्रदर्शन होते. आपला फारच अमूल्य वेळ आणि अगाध विद्वत्ता आपण या पामरांसाठी खर्च केल्याची ग्वाही देण्यात येते आणि सभेचे काम संपते. मंडळी भराभर हलतात. बत्तीवाला बत्ती घेऊन निघतो. त्यामुळे रेंगाळणे शक्यच नसते. घरी येऊन मी अंथरुणावर अंग टाकतो आणि सकाळच्या कुठल्या गाडीने आपल्याला कुठे जायचे आहे याचा विचार करीत राहतो. त्यातच केव्हातरी डोळे मिटतात.

असे सगळे असले तरी मी व्याख्यानासाठी पुन्हा जाणारच. रेल्वे, मोटार, बैलगाडी, घोडे... जे वाहन मिळेल त्या वाहनाने जाणारच. परवा नाही का ट्रॅक्टरमध्ये बसून चार मैल आत असलेल्या खेड्यात गेलो होतो? मराठवाड्याच्या काही भागांत अजून उंटावरून वाहतूक चालू आहे. पावसाळ्यात तर उंटाशिवाय अजूनही दुसरे साधन नाही. कितीतरी दिवस मनाशी घोकतो आहे– सगळी वाहने झाली, पण उंट तेवढा राहिला. एकदा उंटावर बसून व्याख्यानासाठी गेले पाहिजे. 'उंटावरचा शहाणा' हा शब्दप्रयोग आपल्याला केव्हातरी एकदा खरा करून दाखवला पाहिजे!

★

बापूजींचा आवाज

हे गांधींच्या जन्मशताब्दीचे वर्ष आहे. महात्मा गांधींचा गौरव करण्यासाठी सरकारने अनेक कार्यक्रम चालू केले आहेत. नभोवाणीवर शुक्रवारी होणारे कार्यक्रम आपल्याला (न ऐकून) ठाऊकच आहेत. बापूजींचे चित्र नोटांवर छापल्यामुळे श्रीमंतांपासून गोरगरिबांपर्यंत बापूंची प्रतिमा नेऊन पोहोचवली आहे. व्याख्याने, चर्चा, परिसंवाद यांचा तर पाऊस पडतो आहे.

सरकारने आणखी एक सोय केलेली तुम्हाला ठाऊक आहे काय? नव्या दिल्लीत बापूजींचा आवाज ऐकू येईल अशी एक खास व्यवस्था झाली आहे. तुम्ही एक विशिष्ट क्रमांक फोनवर फिरविलात की, गांधींच्या भाषणाची रेकॉर्ड तुम्हाला ऐकू येते. केव्हाही हा फोन-नंबर फिरविलात की, बापूंचे भाषण ऐकू येण्याची उत्तम सरकारी सोय अशा रीतीने झालेली आहे.

दारूबंदीमंत्री ताडीलाल माडीचंद बाटलीवाला हे काही सरकारी कामानिमित्त नुकतेच दिल्लीला गेले होते. बापूजींचा आवाज ऐकण्याची सोय झाली आहे हे पाहून त्यांनी सहज फोनचा नंबर फिरविला. त्याबरोबर एक गंभीर आवाज तिकडच्या बाजूने ऐकू आला.

"कोण आहे?"

मंत्रिमहोदयांना वाटले की, बहुधा टेलिफोन केंद्रावरील ऑपरेटरच बोलत आहे. म्हणून ते जोरात म्हणाले, "मला ओळखत नाही? मी दारूबंदीमंत्री बाटलीवाला."

"म्हणजे ताडीलाल बाटलीवाला?"

"तोच मी. तुम्ही कोण?"

"मी– बापू."

"बापू. कोण बापू?"

"बापू– बापूजी मी. मला ओळखत नाहीस बेटा तू?"

"म्हणजे महात्माजी?" मंत्रिमहाशयांची बोबडी वळली.

"होय, मीच तो."

"ह्यॅः ह्यॅः! नमस्ते बापूजी, नमस्ते! कसं काय ठीक चाललं आहे ना?"

"सगळे उत्तम आहे, पण काय रे, तू दारूबंदीमंत्री केव्हापासून झालास?"

"झाली दोन-तीन वर्षं."

"कमाल आहे तुझी! अरे मागं तर स्वत: दारू पित होतास ना तू? अन् अजूनही मधूनमधून पिणं चाललेलं असतं ना तुझं? तरीसुद्धा दारूबंदीमंत्री म्हणून तू मिरवतोस! धन्य आहे तुझ्या निर्लज्जपणाची!"

बापूजी रागावलेले दिसत होते. बाटलीवाला साहेबांना एकदम घाम फुटला. कुठून ही दुर्बुद्धी झाली आणि आपण हा फोन केला असे त्यांना झाले. गांधीजी मरण पावले आहेत याबद्दल त्यांची खात्री होती. आता इतक्या वर्षांनी ते कसे काय उपटले हे त्यांना कळेना. सहज गंमत म्हणून आपण काहीतरी करायला गेलो अन् ही नसती बिलामत अंगावर ओढून घेतली, असे त्यांना वाटू लागले. त्यांच्या पोटात एकदम गोळाच उठला.

"बापूजी, तुम्ही जिवंत कसे?" त्यांनी चाचरत चाचरत विचारले, "का तुम्ही स्वर्गातून बोलता आहात?"

"इतके दिवस होतो मी स्वर्गात. कंटाळा आला. म्हटलं, काय काय चाललंय देशात पाहून यावं. म्हणून मुद्दाम आलो. कारे ताडीलाल, आज सकाळीच स्थानिक मध्ये वाचलं मी पेपरात. कसला तरी परिसंवाद आहे अन् त्याचा तू अध्यक्ष आहेस म्हणे."

"हो बापूजी. तुमच्या जन्मशताब्दीनिमित्त परिसंवाद आहे–" मंत्री उत्साहाने बोलले.

"विषय?"

"बापूजींचा सत्याचा शोध," बाटलीवालांचा आवाज पडला, "आणि सद्य परिस्थितीत गांधीवाद्यांचे कर्तव्य."

"सत्याचा शोध यावर परिसंवाद? अन् त्याचा तू अध्यक्ष? जन्मात कधी खरं बोलला आहेस का बाळ तू?" बापूजी रागावल्यासारखे दिसले. बाटलीवालाच्या अंगाचे पाणी पाणी झाले. त्यांच्या तोंडातून शब्द बाहेर फुटेना. ते जागच्याजागी थरथर कापू लागले.

"गध्ध्या, सगळा जन्म गेला लांड्यालबाड्या करण्यात तुझा. दारूचा गुत्ता चालवलास. काळाबाजार करून लोकांना लुबाडलंस. माझ्या एका चळवळीत कधी तुरुंगात गेला नाहीस की, लाठीचा एक टोला कधी खाल्ला नाहीस. सत्ता हातात आल्याबरोबर मात्र लगेच काँग्रेसमध्ये शिरलास अं? अरे चोरा! अन् तू माझ्या सत्यावर बोलणार? अन् स्वत: गांधीवाद्यांचे काय कर्तव्य आहे ते सांगणार? थांब, मी स्वत:च येतो त्या परिसंवादाच्या ठिकाणी अन् एकेकाचे 'सत्य' सांगतो सगळ्यांना. कुठं विज्ञान-भवनात आहे ना हा परिसंवाद?"

बाटलीवालाच्या हातून फोन गळूनच पडला. त्याला पुन्हा हात लावण्याचे धाडस त्यांना झाले नाही.

दुसऱ्या दिवशी वृत्तपत्रात परिसंवादाचे वृत्त थोडक्यात आले होते. त्यात प्रारंभीच म्हटले होते– "परिसंवादाचे नियोजित अध्यक्ष नामदार ताडीलाल बाटलीवाला यांची प्रकृती अचानक बिघडल्यामुळे ते या सभेचे अध्यक्षस्थान स्वीकारू शकले नाहीत..."

माध्यमिक शाळेतील एक शिक्षक खंडेराव टोणगे हे शाळेतील मुलांची सहल घेऊन आग्रा, दिल्ली, हरिद्वार, हृषीकेश करीत परत दिल्लीला आले होते. पोरांना सिनेमाला पाठवून नुकतेच हे हाशहुश् करीत दमून बसले होते. त्यांना एकदम आठवण झाली. शेजारच्या टेबलावर फोन होता. तो उचलून त्यांनी सहज चकती फिरवली. रिसिव्हर कानाला लावला. लगेच आवाज ऐकू आला–

"कोण आहे?"

"मी खंडेराव टोणगे. टोणगे गुरुजी."

"कोण टोणगे गुरुजी बुवा?"

"कवी टोणगे गुरुजी किंवा नुसतं कवी किशोर. आपण कोण?"

"मी बापू बोलतोय."

"कोण बापू?"

"मी बापूजी. तुम्हाला आवाज ऐकायचा होता ना माझा? मीच स्वत: तुमच्याशी बोलतो आहे."

टोणगे गुरुजी चकित झाले. खुद्द गांधीजी आपल्याशी बोलताहेत? तेही फोनवर? म्हणजे कमाल झाली! गावी गेल्यावर ही बातमी पहिल्यांदा आता हेडमास्तरांना अन् सोसायटीच्या अध्यक्षांना सांगितलीच पाहिजे.

"पण आपण मेला होतात ना?"

"होय, पण पुन्हा जिवंत होऊन इथं आलो आहे. जन्मशताब्दीनिमित्त."

"छान केलंत बापूजी. तरीच बरं का, परवाच कुणीतरी सभेत म्हणत होतं– गांधीजी अद्यापि या देशात आहेत. ते जरी विचारानं नाहीसे झालेले असले तरी देहानं अजूनही आहेत... का असंच काहीतरी."

"गुरुजी, तुमची ही बडबड थांबवा आधी. आपण काय बोलतो हे तरी कळतंय का तुम्हाला?"

"राहिलं," टोणगे गुरुजी शरमिंदे होऊन म्हणाले, "पण बापूजी, अनायासे आलाच आहात तर एक विनंती आत्ताच करून ठेवतो."

“कसली?”

“पुढल्या वर्षी आमच्या शाळेच्या बक्षीस-समारंभाला मुख्य पाहुणे म्हणून तुम्हीच या. दरवर्षी नवा पाहुणा लागतोच ना आम्हाला! फार पंचाईत होते हो! दरवर्षी नवा सणंग आणायचा कुठून? ह्यॅ: ह्यॅ:”

“सणंग म्हणजे?”

“ते नाही तुम्हाला कळायचं. तुम्ही आलात ना की, मी तुमच्यावर केलेली एक कविता तुम्हाला म्हणून दाखवीन. तुमच्या निधनानंतर रडता-रडता मी ती लिहिली होती. आमच्या गावच्या साप्ताहिकात फ्रंटवर छापूनही आली होती. फार अप्रतिम कविता आहे असं सगळे ऐकणारे सांगतात. कवितेचं नाव आहे– ‘बापू, तुज कोठे छापू?’–”

“काय?” पलीकडच्या बाजूने आश्चर्य व्यक्त करणारे शब्द आले. गुरुजींना जास्तच चेव चढला.

‘बापू, तुज कोठे छापू?’

“म्हणजे काय?”

“एका संपादकाचं दु:ख यात व्यक्त केलेलं आहे. बापूजी, रोज तुमच्यासंबंधी काहीनाकाही छापावं लागायचं. आता तुम्ही गेल्यावर काय छापावं असा प्रश्न पडला. आमच्या संपादकाला फारच रडू आलं. तीच दु:खाची भावना मी या कवितेत व्यक्त केलेली आहे. म्हणून तिचं नाव आहे– ‘बापू, तुज कोठे छापू?’ ”

“असं कसं?”

“एक कडवं म्हणून दाखवू? फारच उत्कृष्ट आहे.”

“नको नको–” त्या टोकाहून घाबरल्यासारखा आवाज आला.

“नको काय बापूजी? पुन्हा असा योग यायचा नाही. ऐकाच तुम्ही.”

तिकडून काहीच आवाज आला नाही. तोच मूक होकार आहे, असे समजून टोणगे गुरुजींनी आपल्या दणदणीत आवाजात कविता म्हणण्यास सुरुवात केली.

हे दु:ख कशाने मापू! बापू, तुज कोठे छापू?।
जगि सत्य अहिंसेचा । हा एकचि पालनवाला ।
त्या थोर येशू ख्रिस्ताचा । हा दुसरा बापचि झाला ।
संदेश शांती-प्रेमाचा । चालला देत जनतेला ।
तो जानेवारी महिना
तारीख तीसची दैना
आकांत जगी माईना
सर्वांग लागले कापू । बापू, तुज कोठे छापू?।

कविता संपल्यावर गुरुजी उत्साहाने म्हणाले, “बापूजी, कशी काय वाटली कविता?”

बराच वेळ काही उत्तरच आले नाही. गुरुजींनी पुन्हा पुन्हा प्रश्न विचारला. तेव्हा एकदम भानावर आलेला मनुष्य जसा खडबडून जागा होऊन बोलतो तसा आवाज आला.

"अं?... उत्तम आहे! माझं तत्त्वज्ञान महाराष्ट्रात का रुजलं नाही याचं एक कारण मला आज समजलं. धन्यवाद!"

अखिल भारतीय उच्च महिला सभेच्या जनरल सेक्रेटरी मिसेस कमलाबाई या जागतिक महिलांच्या अधिवेशनात भाग घेण्यासाठी विमानाने निघाल्या होत्या. जाण्यापूर्वी त्यांचा चार-दोन दिवस दिल्लीत मुक्काम होता. शेवटच्या दिवशी सहज त्यांच्या मनात कल्पना आली. बापूजींचा आवाज ऐकू या. म्हणून त्यांनी बसल्या बसल्या शेजारच्या फोनची तबकडी आपल्या लठ्ठ बोटांनी इकडेतिकडे फिरवली.

"कोण बोलतंय?"

"मी मिसेस कमलाबाई."

"कोण कमलाबाई?"

"अय्या! म्हणजे माझं नाव तुम्ही ऐकलं नाहीत? कमालच आहे! अहो अखिल भारतीय उच्च महिला सभा नाही का? मी जनरल सेक्रेटरी आहे त्या संस्थेची. सगळ्या इंडियात माझं नाव वेलनोन आहे."

"असेल असेल."

"पण आपण कोण?"

"मी बापू, बापूजी."

"म्हणजे गांधीजी?"

"होय. मी स्वतःच बोलतोय."

"ओ:! हाऊ सेन्सेशनल!"

हर्षित होऊन कमलाबाईंनी एकदम आनंदाने टाळ्या वाजवल्या. त्यामुळे हातातील फोन धाडकन खाली पडला. गडबडीने तो पुन्हा उचलून त्या लाडिकपणे म्हणाल्या, "बरं झालं, बापूजी तुमची आधीच गाठ पडली ते. मी फॉरिनला निघालेय. तिथल्या परिसंवादात एक पेपर वाचणार आहे मी. तुमचाही आशीर्वाद द्या. म्हणजे मस्त होईल."

"आमचे आशीर्वाद आहेतच."

"थँक यू, बापूजी."

"काय वाचणार आहात पेपर? विषय काय?"

"भारतातील दलित महिला आणि त्यांच्या सुधारणेसाठी उच्च महिला सभेने

केलेले कार्य!''

"छान! काय कार्य केलं आहे तुमच्या संस्थेनं?''

"खूपच केलंय बापूजी आम्ही. तुम्हाला काहीच माहिती नाही? कम्माल आहे हं तुमची! कसं म्हणायचं हो आम्ही तुम्हाला महात्माजी?''

"कार्य सांगता ना?''

"हो गडे, ते राहिलंच! आम्ही किनई बापूजी, दलित महिलांसाठी एक निराळीच सौंदर्य स्पर्धा आयोजित करतो. त्यासाठी त्यांना कन्सेशनने स्नो, क्रीम, पावडर वगैरे देतो. एकदा संक्रांतीला तर आम्ही हरिजन वस्तीत जाऊन पिना आणि गंध फुक्कट वाटलं. कशी वाटली आयडिया?''

"उत्तम आहे! आता दलित स्त्रियांचा उद्धार झाल्यासारखाच आहे. आणखी काही?'

"हो. खूप कार्यक्रम आहेत ना.'' कमलाबाईंच्या दोनशे पौंडाच्या देहावर आणखी मूठभर मांस चढले. ''गेल्यावर्षी संस्थेच्या वार्षिक दिनाच्या दिवशी हरिजन अन् कामगार स्त्रियांच्या बरोबर आम्ही एकत्र सहभोजन केले.''

"खरं का?''

"हो ना! ज्यानं त्यानं आपापल्या घरचं जेवण आणायचं असं ठरलं होतं. आम्ही ब्रेड, सामोसे, केक्स, बटर नेलं होतं, ते आमचं आम्ही खाल्लं. त्यांचं जेवण त्यांनी घेतलं. मग 'अस्पृश्योद्धार' या विषयावर आम्ही चार-दोन बायका तळमळीनं खूप वेळ बोललो. त्यांनी खूप टाळ्या वाजविल्या. इतका छान झाला प्रोग्रॅम बापूजी.''

"होणारच.''

"बरं, बापूजी, तुमचा काही संदेश आहे का या परिषदेला? म्हणजे मी तो स्वतःच वाचून दाखवीन.''

"संदेश? काही नाही.'' पलीकडून विषादपूर्ण हास्य ऐकू आले.

"बरं तर मग, गुड नाईट बापू.''

जिल्हा परिषदेचे अध्यक्ष दगडाप्पा बाळाप्पा गुळेदगुडकर काही सरकारी कामासाठी म्हणून दिल्लीला आले होते. चार-दोन दिवस मनसोक्त भटकल्यावर ते हॉटेलात दमूनभागून बसले होते. त्याचवेळी कुणीतरी त्यांना ही वार्ता सांगितली. अमुक-अमुक नंबर फिरवायचा म्हणजे गांधींचे भाषण ऐकू येतं म्हणून.

"आयला लइ मजा आहे मग!'' ते म्हणाले आणि त्यांनी फोन उचलून तबकडीतले आकडे फिरवले. त्याबरोबर तिकडून एक त्रासिक आवाज ऐकू आला.

"अरे, का सारखा फोन करताहेत मला? अगदी चैन पडू देत नाही म्हणजे

काय?''

दगडाप्पा चकित झाले. हा बापूजींच्या व्याख्यानातलाच भाग असावा असे त्यांना पहिल्यांदा वाटले, पण नंतर त्यांना शंका आली की, काहीतरी घोटाळा आहे. म्हणून खात्री करून घेण्यासाठी त्यांनी आपल्या नेहमीच्या भरड्या आवाजात विचारले, ''आर कोन बोंबलतंय त्ये?''

''मी बापू बोलतोय.''

''कोंचा रं बापू बोलतोय? बापू तेली काय? बाप्या लेका, तू हिकडं कवा आलास? आनखी काही नवा घोळ केलास काय?''

''मी बापू तेली नाही.''

''मग?''

''मी बापूजी. गांधीजी. मी स्वत: बोलतो आहे.''

''आर तुझ्या मायला–'' दगडाप्पांना एकदम आश्चर्य वाटले, पण मग त्यांना आनंदही झाला. घाईघाईने ते म्हणाले, ''रामराम बापूजी, रामराम.''

''रामराम.''

''अहो, तुमची शंभर भरली म्हणून आमच्या जिल्ह्यात तर लई दनका उडवून दिलाय आम्ही. मोठ्या जोरात चाललेत कार्यक्रम.''

''असं? कायकाय केले कार्यक्रम तुम्ही?''

''प्रत्येक साळंत तुमचा फोटो लावलाय. प्रत्येक इद्यार्थ्याला छातीवर लावायला तुमचा बिल्ला वाटला. तुमच्या वाढदिवसाला तर लई मस्त आयडिया काढली–''

''कसली?''

''इचार केला की, गांधीबाबाचा वाढदिवस. इंदिरा गांधी पंतप्रधान. तवा कार्यक्रमबी लीला गांधीचाच ठिवायचा.''

''ही लीला गांधी कोण?''

''वा! तुम्हाला म्हाईतच न्हाई का? काय हे बापूजी! अवो, लई फस्कलास डान्सर है. लोक मरतेत तिच्यावर नुसते.''

''बरं, आणखी काय?''

''बरी आठवण केलीत. आमच्या जिल्हा परिषदेत परवा लई भांडनं झाली.''

''कशाबद्दल?''

''पुतळा हुभा करण्याबद्दल हो. कोण म्हणाले, शिवाजी महाराजांचा पुतळा. कोण म्हणाले, महात्मा गांधींचा पायजेच. मग आम्ही आयडिया काढली. म्हनलं, दोन पुतळे हुभा करू. आपल्याला पैशाला काय तोटा है? दोन बाजूला दोन दरवाजे हैत. एक येणार अन् एक जाणार. तवा दोन दरवाजांवर दोन पुतळे होत्याल. तेबी आयडिया करून, साधं नव्हतं.''

"कसली आयडिया?"

"अगदी मस्त आयडिया है–" दगडाप्पा आपल्या स्वतःच्याच कल्पनेवर खूश होऊन म्हणाले, "म्हंजे आम्ही असं ठरविलंय की, शिवाजी महाराजांच्या घोड्यावर तुम्हाला बसवायचं. हातात ढाल तलवार द्यायची. अशा थाटात तुमचा पुतळा उभा करायचा. कसं?"

पलीकडून लहानशी किंकाळी फक्त ऐकू आली. उत्तर आले नाही.

"अन् तुमचा चरखा शिवाजी महाराजांच्या हातात द्यायचा. शिवाजी महाराज मांडी घालून चरख्यावर सूत काढीत बसल्यालं हैत असा सीन दाखवायचा. हाय का न्हाई मज्जा?"

पलीकडून कसलेही उत्तर आले नाही. तिकडून फोन बंद केल्याचा आवाज तेवढा ऐकू आला. पुन्हा सगळे सामसूम झाले.

नंतर मात्र कुणालाही बापूजींचा जिवंत आवाज ऐकू आलाच नाही. ज्याने ज्याने तो नंबर फिरवला, त्याला गांधीजींच्या भाषणाची निर्जीव रेकॉर्ड फक्त ऐकू आली.

★

माकडांची म्युनिसिपालिटी

एका मोठ्या अरण्यात माकडांचा मोठा कळपच्याकळप राहत होता. त्यात म्हातारी माकडे होती तशीच चिल्लीपिल्लीही होती. माकडे होती तशीच वानरेही होती. गलेलठ्ठ आणि हाडकुळी, उंच आणि बुटकी, भित्री आणि चावट, उद्योगी आणि उडाणटप्पू अशी सर्व प्रकारची माकडे होती. थोडक्यात म्हणजे त्यांच्यात माणसाप्रमाणे सगळे प्रकार होते.

असा हा कळप ह्या अरण्यात मोठ्या सुखाने राहत होता. दिवसभर झाडावर खेळावे, निरनिराळ्या फळांची चव घ्यावी आणि तहान लागली की, अरण्यातल्या सरोवराकडे जाऊन भरपूर पाणी प्यावे. संध्याकाळी घटकाभर गप्पा माराव्यात आणि रात्री झाडावर झोपी जावे. अधूनमधून कंटाळा आला तर अरण्यातल्या दुसऱ्या भागात भटकायला जावे. असा हा त्यांचा कार्यक्रम फार छान चालला होता. त्यात कोणत्याही प्रकारची कमतरता नव्हती. सगळेच मोठ्या सुखाने नांदत होते.

पण एक दिवस त्यांच्या या स्थितीत फार मोठा बदल घडून आला.

म्हणजे त्याचे असे झाले की, या माकडांच्या कळपात मल्लप्पा नावाचे एक माकड होते. हे कार्टे पहिल्यापासून एक नंबरचे वात्रट. वात्रट आणि वल्ली. उडाणटप्पूपणा हा तर अंगात अगदी पहिल्यापासून. लहानपणापासूनच बाळाचे गुण दिसू लागले होते. मध्यंतरी स्वारी घरातून पळाली ती बरेच दिवस बेपत्ता होती. कुणीतरी सांगितले की, मल्लोबा उड्या मारीत-मारीत जे उधळले ते अरण्यातल्या लांब टोकाला असलेल्या रेल्वे स्टेशनवर गेले. तिथे आगगाडी उभी होती. त्या गाडीच्या टपावर स्वारी पटकन् चढून बसली. लगेच गाडी सुरू झाली आणि ही मूर्ती गाडीबरोबर निघून गेली. तेव्हापासून मल्लप्पाचा काही पत्ताच नव्हता. एक-दोन वर्षे अशीच गेली. कुणी म्हणत मल्लप्पा साधू होऊन अयोध्येला भटकत असलेला पाहिला. कुणी म्हणाले की, तो सर्कशीत दिसला. कुणी सांगितले की, सरकारने अनेक माकडांना परदेशी पाठविले त्यात तोही गेला. एकूण काय की, मल्लप्पाचा बरेच दिवस पत्ता नव्हता. माकडमंडळी नुसते तर्ककुतर्क करीत होती.

अखेर दोन वर्षांनी मल्लप्पाची स्वारी अशीच गाडीच्या टपावर बसून परत

आली. पुन्हा त्या अरण्यात शिरली. सगळ्यांना भेटली.

दोन वर्षांत मल्ल्या खूपच मोठा झाला होता. तो चांगला तरणाताठा गडी दिसत होता. त्याच्या अंगात चांगली ताकद आली होती. एका चपराकीत चार-दोन चिल्ल्या-पिल्ल्यांना लोळवील एवढी ताकद आली होती. दोन वर्षांच्या अनुभवाने त्याचा टगेपणा काहीच कमी झालेला दिसत नव्हता; उलट तो वाढलाच होता. आल्याबरोबर सगळ्यांना गुरकावून त्याने गप्प करून टाकले. एकेकाला शेपटीचे तडाखे लगावले. आपले दोन वर्षांचे अनुभव सांगण्यासाठी सगळ्यांना एके ठिकाणी बोलावले.

आज त्यासाठीच सर्व माकडमंडळी एकत्र गोळा झाली होती.

वडाच्या एका मोठ्या झाडाखाली माकडांचा मेळावा जमला होता. म्हातारी माकडे झाडाच्या बुंध्याशी टेकून बसली होती. तरणी पोरे शेपट्या वर करून पायावर टेकली होती, तर पोरेसोरे झाडाच्या फांद्यांवर उड्या मारीत होती.

सगळी मंडळी दाखल झाल्यावर मल्लप्पाने आपला वृत्तांत सांगितला.

आगगाडीबरोबर प्रवास करीत करीत मल्लप्पा एका लांब शहरात जाऊन पोहोचला. तिथे त्याने खूपच धमाल उडवून दिली. तो रोज एका इमारतीच्या उंच छपरावर चढून गोंधळ घाली. एकदा आपल्या गोंधळापेक्षाही मोठा गोंधळ खाली इमारतीत चाललेला पाहून त्याला आश्चर्य वाटले. छपराचे एक कौल उचकटून त्याने खाली डोकावून पाहिले, तो एका मोठ्या सभागृहात पन्नास-साठ माणसे खुर्चीवर बसून आरडाओरडा करीत होती. काही वेळाने त्यांच्यापैकी तिघाचौघांनी खुर्चीवरून टणटण उड्या मारल्या. काहींनी आपल्या खुर्च्या उचलून दुसऱ्यांच्या टाळक्यात घातल्या. काही जणांनी हाताच्या मुठी वळवून वेडावाकडा नाच केला. असा प्रकार तिथं बराच वेळ चालला होता.

"आपण खेळतो ना, अगदी तस्साच हा खेळ होता." मल्लप्पा सगळ्यांकडे गंभीरपणे पाहत म्हणाला, "ते बघून मला फार आश्चर्य वाटलं बुवा!... इतकं साम्य म्हणजे योगायोगच. मला अगदी चैनच पडेना. इकडंतिकडं उड्या मारून मी सगळी माहिती मिळवली हळूहळू. ती जी इमारत होती ना, तिला मुनशीपालटी म्हणतात. ते सगळे लोक म्हणे बाकीच्यांनी निवडून दिलेले असतात. त्या ठिकाणी बसून ते गावचा कारभार करतात. फार मजेदार पद्धत!... मला इतकी आवडली की, सारखा तो नादच लागला मला पुढे. त्यांचा तो खेळ सुरू झाला की, मी आपला सारखा छपरातून बघत बसायचो–"

माणसामध्येही आपल्यासारखाच खेळ आहे हे ऐकून बऱ्याचशा माकडांना आश्चर्य वाटले. काही माकडांनी आश्चर्याने आपल्या शेपट्या तोंडात घातल्या.

कराकरा डोके खाजवीत एक माकड म्हणाले, "बरं मग! पुढं काय?"

"जरा पुरं तर होऊ दे माझं बोलणं!" मल्लप्पा त्याच्याकडे रागावून पाहत बोलला. "मी आता तेच सांगणार होतो. आपणही मुनशीपालटी काढावी असे माझ्या मनात आले आहे. ही जुनाट राहणी आता बास झाली. आता थोडं सुधारलं पाहिजे आपण. अन् हा खेळ खेळणं आपल्याला मुळीच जड जाणार नाही. आपल्याला थोडीशी त्याची कल्पना आहेच. जरा नवीन चार गोष्टी शिकायच्या म्हणजे झालं."

"कोणत्या नवीन गोष्टी?" दुसरे एक माकड कैरीचा तुकडा चघळीत म्हणाले.

"पहिली गोष्ट म्हणजे इलेक्शन."

"इलेक्शन म्हणजे?"

"म्हणजे निवडणूक."

"निवडणूक म्हणजे इलेक्शन. हा: हा:!" मल्लप्पाने दात विचकले.

"त्याचं असं करायचं– आपल्यापैकी काही माकडांना उभं करायला पाहिजे."

"हा पहा मी उभा राहिलो–" एक म्हातारे हाडकुळे वानर उभे राहून म्हणाले, "आता पुढे काय करू?"

"आता खाली बैस," मल्लप्पा ओरडला. "अरे, जरा माझं आधी नीट ऐकून तर घ्या. का आधीच मुनशीपालटी करताय या सभेची? मूर्ख कुठले?"

"मल्लप्पा, तू या म्हाताऱ्याचं काही ऐकू नकोस. ते निव्वळ वेडपट आहे. तू पुढं सांग," तिसरे माकड म्हणाले.

"पुढं काय? काही माकडांनी निवडणुकीला उभं राहायचं, बाकीच्यांनी आपली मतं त्याला द्यायची."

"मत म्हणजे? पेरू की जांभळं? अन् सगळी मतं घेऊन ते एकटं खाणार की काय? हे नाही बाबा चालायचं हां."

माकडांचा हा मूर्खपणा पाहून मल्लप्पा अगदी चिडून गेला. त्याने धमकी देऊन सगळ्यांना प्रथम शांत बसविले. मग हळूहळू निवडणूक, मतदान, लोकांचे प्रतिनिधी, कारभार इत्यादी गोष्टींसंबंधी सविस्तर माहिती समजावून दिली. माकडांना ही माहिती मोठी अद्भुत वाटली. आजपर्यंत त्यांनी आपापसांत अनेक मारामाऱ्या केल्या होत्या, पण इतका पद्धतशीर मनोरंजक खेळ आपण यापूर्वी कधीच पाहिला नाही असे वृद्ध माकडांनी शपथेवर सांगितले. सगळ्यांना ही नवी मारामारीची कल्पना अत्यंत पसंत पडली. आपल्या या माकडांच्या राज्यातही म्युनिसिपालटी सुरू करायची असे शेवटी एकमताने ठरले.

तेव्हापासून या अरण्यात काही दिवस मोठीच धामधूम उडाली.

मल्लप्पा माकडाच्या सूचनेप्रमाणे सगळा कारभार, मग काय? निवडणुकीसाठी दोन पक्ष पाहिजेत असे त्याने सांगितले. तेव्हा माकड आणि वानर असे दोन पक्ष पहिल्यांदा पाडण्यात आले. 'अरण्याची सुधारणा' हे ध्येय दोन्ही पक्षांनी जाहीर केले

आणि निवडणूक प्रचारास प्रारंभ केला. दोन्हीकडची प्रमुख मंडळी निवडणुकीला उभी राहिली. खूप जोरदार प्रचार झाला. एका पक्षाने 'झाड' ही खूण घेतली होती. त्यांनी लहान लहान झाडेच उपटून आणून सगळ्या अरण्याची नासधूस केली. विरोधकांना त्याच झाडांनी झोडपून काढले. दुसऱ्या पक्षाने 'शेपटी' ही खूण घेतली होती. त्यांनी प्रत्येकाला शेपटीचे तडाखे लगावून आपली खूण सगळ्यांच्या नीट लक्षात राहील अशी व्यवस्था केली. मल्लप्पा माकडाने सांगितलेल्या इतर आवश्यक गोष्टीही भरपूर संख्येने करण्यात आल्या. मोठमोठ्या मिरवणुकी निघाल्या आणि त्यातून माकड-वानरांच्या मारामाऱ्या झाल्या. प्रचारसभेत भाषण करताना दोन-चार वानरांच्या तोंडावर झाड बसले. त्याबरोबर पाच-सात माकडमंडळींचा झाडाच्या वरच्या फांदीपर्यंत पाठलाग करून वानरांनी त्यांना चोपून काढले. वानरांच्या एक-दोघा उमेदवारांना माकडांनी ऐनवेळेला पळवून नेऊन ढोलीत लपवले. त्यांनी माघार घेतल्याची पत्रके काढली. वानरांनीही बनावट वानर-मतदार तयार करून भरपूर गोंधळ माजवला. उष्टे पेरू, बोरे, सीताफळे इत्यादी देऊन माकड-मतदारांना विकत घेण्याचा प्रयत्न झाला, तर माकडांनी वानरांना दहशत घालून धमक्या दिल्या.

निवडणुकीपर्यंत महिनाभर आधी हा नवा खेळ रोज चालू होता. या खेळाची सर्वांनाच फार मजा वाटली. असा मनोरंजक खेळ खेळता खेळता सुधारणा करण्याचे माणसाचे कौशल्य फार मोठे असले पाहिजे याबद्दल सर्वांची खात्री पटली.

प्रत्यक्ष मतदान मात्र शांततेने झाले. सगळी माकडे सकाळपासूनच रांगा करून उभी होती. शेपटीला शेपटी लावून एकेक माकड मतदानासाठी येत होते. काही आजारी माकडांना इतर माकडांनी खांद्यावरून आणले. वानरांनी आणलेले बरेच मतदार बनावट निघाले. काही वानरिणींनी नवऱ्याचे नाव सांगण्यास नकार दिल्यामुळे मतदानात खूपच गोंधळ निर्माण झाला. दुपारी चारनंतर मतदानाचे प्रमाण वाढले. बरीच धक्काबुक्की, हिप् हिप् हुर्रे इत्यादी प्रकार घडले. तथापि एकंदरीत निवडणूक शांतपणे पार पडून माकड मंडळी बहुमताने निवडून आली.

काही दिवसांनी निवडून आलेल्या माकड-वानर प्रतिनिधींची पहिली सभा घेऊन मल्लप्पा माकड हा 'प्रेसिडेंट' म्हणून निवडून आला.

नव्या प्रेसिडेंटच्या अध्यक्षतेखाली माकड प्रतिनिधींची पहिली सभा लवकरच भरली. या सभेपासून माकडांच्या राज्याचा नवा कारभार सुरू होणार होता. त्यामुळे इतर मर्कट मंडळीही कुतूहलाने या सभेस उपस्थित होती.

पहिल्याप्रथम एका वानराने प्रश्न विचारला–

"उन्हाळ्याचे दिवस जवळ आले असून, सरोवराचे पाणी दिवसेंदिवस आटत आहे. दरवर्षी आपण या दिवसांत दुसऱ्या ठिकाणाकडे जातो. यंदा म्युनिसिपालिटी काय करणार आहे?"

"हा प्रश्न गैरलागू आहे," मल्लप्पा म्हणाले, "उन्हाळा आल्यावर त्याचा विचार करता येईल."

दुसरे वानर उठून उभे राहिले.

"आपल्या अरण्यात फळझाडांची संख्या थोडी अन् माकडांची संख्या जास्त होत आहे. त्यामुळे अनेक माकडे उपाशी राहतात. त्यादृष्टीने आपण काय करण्याचे ठरविले आहे?"

"सन्माननीय सभासदांनी उपस्थित केलेला मुद्दा महत्त्वाचा आहे –" मल्लोबा म्हणाले, "त्यासाठी माझ्या अध्यक्षतेखाली सात सभासदांची एक कमिटी नेमावी असा ठराव मी मांडतो. या कमिटीने पाच वर्षांत चौकशी करून नंतर दोन वर्षांच्या आत आपला रिपोर्ट द्यावा."

"पण इतर अरण्यांत काय स्थिती आहे?"

"ते पाहण्यासाठी मी आणि उपाध्यक्ष स्वतःच तिकडे जाणार आहोत. चार महिन्यांत आम्ही परत येऊ. तोपर्यंत सर्वांनी आम्हाला फुकट फळे पुरवावीत."

"आपल्या पेरूच्या झाडावर राहण्याची परवानगी द्यावी असा एखादा वानराचा अर्ज आला आहे काय?"

"होय."

"या अर्जाचं पुढं काय झालं?"

"त्याची चौकशी चालू आहे."

"ही चौकशी केव्हा पुरी होईल?"

"नक्की सांगता येत नाही."

"केव्हा सांगता येईल?"

"त्याचसंबंधी विचार चालू आहे."

"हा विचार केव्हा संपेल?"

"नक्की सांगता येत नाही."

अध्यक्ष मल्लप्पा माकड यांच्या या उत्तरामुळे सभेचे वातावरण चांगले तापले. विरोधी पक्षीय वानरांची काळी तोंडे रागाने लालजांभळी पडली. त्यांनी आरडाओरडा सुरू केला. शेपट्या वर उगारल्या. शिवीगाळ सुरू झाली. कुणाचे कुणाला समजेना झाले. माकड आणि वानर यांनी मारामारीला सुरुवात केली. आरोळ्या आणि चित्कार यांनी वातावरण भरून गेले. ते पाहून एका धूर्त सभासदाने ताबडतोब सभा तहकुबीचा ठराव पुढे मांडला. अरण्याच्या एका टोकाला कुणीतरी शिकाऱ्याने एका मेलेल्या वाघाला पुन्हा एकदा मारल्यामुळे त्या दुःखाप्रीत्यर्थ आजची सभा तहकूब करावी असा ठराव त्याने मांडला आणि शेपट्या वर करावयास सांगितले. मारामारीत गुंतल्यामुळे सगळ्याच माकडांच्या आणि वानरांच्या शेपट्या वर झालेल्या होत्या.

त्याचा फायदा घेऊन हा ठराव पास झाल्याचे जाहीर करून अध्यक्ष मल्लप्पा माकड आणि त्यांच्या पक्षाचे इतर माकड-सभासद घाईघाईने निघून गेले.

मग असा प्रकार वरचेवर घडू लागला आणि या मारामाऱ्याही वरचेवर होऊ लागल्या.

हा नवा खेळ आपल्याला बराच महागात पडला, हे हळूहळू सर्वांच्याच ध्यानी येऊ लागले. सर्व अधिकार मल्लप्पा माकड आणि त्याच्या पक्षाचे सभासद यांच्याच हाती होते. त्यामुळे लहानसहान गोष्टींतही सर्वांना त्याचा त्रास होऊ लागला. आता मल्लप्पाच्या परवानगीशिवाय कुणालाही झाडावर चढण्याची किंवा फळे खाण्याची मनाई करण्यात आली. सरोवराचे पाणी काही एका ठराविक वेळातच प्यायचे, एरवी तिकडे फिरकायचे नाही असे ठरविण्यात आले. तेही सगळ्यांना जाचक होऊ लागले. काही उत्तम झाडांची फळे एकट्या मल्लप्पाने गडप केली. इतर कुणाला बीदेखील दिले नाही, अशी तक्रार त्याच्याच पक्षाची माकडमंडळी करू लागली. लवकरच सगळ्या झाडांचे खराटे झाले. सरोवराचे पाणी आटत गेले. तरी मल्ल्या माकड सर्व काही सुरळीत चालू आहे असे सर्वांना सांगत होता. त्यामुळे सभेमध्ये रोज मारामाऱ्या होऊ लागल्या. जिकडेतिकडे अंदाधुंदी माजली.

हा नवा खेळ तितकासा चांगला नाही हे सगळ्यांना अखेर पटले. सगळ्यांनी एकत्र बसून विचारविनिमय केला. मल्ल्याची हकालपट्टी केली. मुनिशिपालटी बरखास्त करून टाकली. हा सर्व व्यवहार बेकायदेशीर आहे अशा मल्ल्याने खूप धमक्या दिल्या, पण कोणीच त्याचे जुमानले नाही. उलट त्याला चांगले चोपून काढले. तेव्हा तो रागारागाने पुन्हा आगगाडीच्या टपावर बसून लांब शहराकडे पळून गेला.

मग माकडांचे ते अरण्य लवकरच निर्मळ झाले. पहिल्यासारखे झाले. सगळी माकडे मोकळेपणाने कोणत्याही झाडावर उड्या मारू लागली. कोठल्याही झाडावरची फळे खाऊ लागली. सरोवरातले पाणी पोटभर पिऊ लागली. त्यांच्या आरड्या-ओरडण्याने, खेळण्याने सगळे अरण्य पुन्हा पहिल्यासारखे गजबजून गेले.

☆

दोन बैलांची सुरस गोष्ट

एका गावात एक खिलारी बैलजोडी होती. अक्कडबाज शिंगे, थोराड अंग आणि झुपकेदार शेपट्या यामुळे ही बैलजोडी गावात अजिंक्य झाली होती. एका बैलाचे नाव होते 'शिंडक्या.' तो जरा वयस्कर होता. दुसरा वळू त्या मानानं जरा तरणा होता. त्याचे नाव 'इंडक्या.' शिंडक्या-इंडक्याची ही जोडी महाधूर्त होती. त्यांचे आपसांत मुळीच बरे नव्हते, पण 'एकी हेच बळ' हे सूत्र त्यांना पाठ होते. रानात मालकाच्या शेतात काम करताना दोघांचे कामापेक्षा चरण्याचे काम चाले. सुगीच्या दिवसांत तर कामापेक्षा खाण्याचीच चटक त्यांना लागलेली होती, पण आपण दोघे मिळून खातो आहोत म्हणूनच आपल्याला पोटभर खायला मिळते हे त्या दोघांच्याही मनात पक्के रुजलेले होते.

शेतात नाना प्रकारची पिके होती. गवत होते. पाणी होते. आसपासची जनावरे आशाळभूतपणाने भोवती गोळा होऊन बघत उभी राहत, पण शेतात घुसण्याचे धैर्य कोणाला होत नसे. कुणी तसा प्रयत्न केलाच तर शिंडक्या-इंडक्या दोघेही मिळून त्याच्यावर तुटून पडत. मग त्याला जिवाच्या भीतीने धूम पळावे लागे.

एके दिवशी काय गंमत झाली बरे का, एक कोल्हा आणि एक गाढव यांची गाठभेट शहराच्या मरीआईच्या देवळापाशी झाली. दोघेही मरीआईचे भक्त. म्हणजे एका पार्टीतलेच म्हणाना. फक्त कोल्हा हा जास्त लुच्चा म्हणून त्याला 'डावा भक्त' म्हणत. गाढव हा जास्ती मूर्ख असल्यामुळे त्याला 'उजवा भक्त' म्हणत. इतकाच काय तो फरक. बाकी बदमाशी, द्रोह, स्वार्थ इत्यादी महान गुण उभयतांत सारखेच होते. तर सांगायची गोष्ट अशी की, दोघांची गाठ पडली आणि गप्पा सुरू झाल्या. शेतातला माल आपल्याला खायला मिळत नाही, याबद्दल दोघांनीही खंत व्यक्त केली. याबाबत काही उपाययोजना करावी यावरही बोलणे निघाले.

मिशा साफ करीत कोल्हा म्हणाला, "त्याचं काय आहे, इसापनीतीतली पूर्वीची गोष्ट त्यांना माहीत आहे. दोन बैलांची एकजूट होती तोपर्यंत त्यांना कुणी मारलं नाही, पण त्यांच्यात फूट पडल्यामुळे सिंहानं पहिल्यांदा एकाला मारलं, मग दुसऱ्याचा समाचार घेतला. त्यामुळे आता शिंडक्या-इंडक्यात या मुद्द्यावर फूट

पाडणं जमणार नाही.''

''खरं आहे!'' गाढव चिंतातुर मुद्रेने म्हणाले, ''एरवी साले किती भांडतात! पण सुगीच्या वेळी गंमत पहा. शिंडक्या-इंडक्याच्या गळ्यात गळा घालतो, तर इंडक्या-शिंडक्याच्या शिंगाला शिंग लावून ती खाजवतो, त्यामुळे सुगीचा फायदा आपल्याला नाही तो नाहीच. हलकट लेकाचे!''

''हो, पण त्याच्यावर उपाय काय?''

''उपाय तूच शोधून काढ. तू कोल्हा आहेस. धूर्तपणा आणि बदमाषी हा तुझ्या पार्टीचा परंपरागत वारसा आहे. काय वाट्टेल ते कर, पण या दोघांत फस्कलास फूट पाड.''

''समजा फूट पडली तरी त्याचा फायदा घ्यायला सिंह कुठं आहे? मग या टोणग्यांना मारणार कोण?... आपली काही ती ताकद नाही,'' कोल्ह्यानं शंका काढली. थोडा वेळ विचार केला. नंतर तो म्हणाला, ''तथापि मला एक युक्ती सुचली आहे–''

''ती कोणती? दोघांनाही लाथांचा प्रसाद द्यायचा आहे का? हा पहा मी तयार आहे–'' गाढव पाठीमागचे दोन्ही खूर हवेत उंच उडवून म्हणाले. थोडीशी धूळ उडालीही.

''मूर्खा, नुसत्या लाथांनी काय होणार? तिथं युक्तीचं काम आहे. नुसत्या मारामाऱ्या नाही चालणार. चल हट्!'' कोल्हा ओरडला.

''मग कसं करायचं म्हणतोस?'' गाढवाने नम्रतेने विचारले.

''हे बघ, एकीचं महत्त्व इसापच्या काळापासून त्यांना पटलेलं आहे. त्यामुळे तशी फूट नाही पडणार त्यांच्यात, पण 'एकी हेच बळ' याऐवजी 'आपसांत बेकी अर्थात खरी एकी हेच बळ' हे जर आपण त्यांना तात्त्विक दृष्टीनं पटवून दिलं तर मात्र काम जमेल.''

''काय? आपसांत बेकी हेच बळ?''

''होय, होय! आपसांत बेकी अर्थात खरी एकी हेच बळ.''

''वा वा! काय नामी कल्पना आहे!'' गाढव अत्यानंदाने हुरळले, ''पण म्हणजे काय?''

''कळेल तुला. चल माझ्याबरोबर.''

चरता-चरता बैलजोडीतला इंडक्या शेताच्या बांधाकडे एकटाच आला होता. कोल्हा लुटुलुटु चालत त्याच्याकडे गेला. कुर्निसात करून म्हणाला, ''काय इंडकेसाहेब, आज बांधाकडे चरत आलात? शिंडक्या तुम्हाला पोटभर खायला मिळू देत नाही म्हणतात ते खरंच आहे म्हणायचं!''

इंडक्याचे कोल्ह्याच्या शहाणपणाबद्दल बरे मत होते. रानातल्या गोरगरीब

प्राण्यांचा त्याला कळवळा आहे, असेही त्याला वाटत होते. तरी पण कोल्ह्याचे हे बोलणे ऐकून तो डाफरला–

"हे बघ, तू आमच्यात फूट पाडायला बघत असशील, तर ते मुळीच चालायचं नाही. हा–"

"फूट? छे: छे:!" कोल्हा दोन्ही कान आपल्या पुढच्या पायांनी धरून नम्रतेने बोलला. "माझ्या मनातही ती गोष्ट नाही. वाईट एवढंच वाटतं की, म्हातारा असूनही शिंडक्या तुम्हाला काही हाती लागू देत नाही. रानातले सगळे प्राणी त्याच्यावर नाराज आहेत. तुम्हाला सगळ्यांबद्दल सहानुभूती आहे म्हणून मला सांगावंसं वाटतं इतकंच."

कोल्होबाचे हे बोलणे ऐकून इंडक्या खुलला. "हो, ही गोष्ट मात्र खरी. गोरगरीब प्राण्यांबद्दल मला सहानुभूती आहे, पण एकीचे महत्त्व–"

"त्यांचं कल्याण करायचं असेल तर ही दिखाऊ एकी टाकून द्या! खरी एकी हेच बळ हे ध्यानात घ्या."

"खरी एकी म्हणजे काय?"

कोल्ह्याने या शंकेचे खुलासेवार उत्तर दिले. आपल्या पार्टीचा असला तरी त्याच्याशी बेकीने वागून त्याची जिरवण्यासाठी दुसऱ्याची मदत घेणे यालाच 'खरी एकी' म्हणतात असे त्याने सांगितले. शिंडक्या पक्का धूर्त. तेव्हा त्याला हाणून पाडण्यासाठी गाढव, कोल्हा, लांडगा इत्यादी समान विचारांच्या प्राण्यांशी संगनमत करणे हीच खऱ्या अर्थाने एकी म्हणता येईल, असे त्याचे मत पडले. एका विचाराच्या प्राण्यांचे ध्रुवीकरण होणे कसे आवश्यक आहे, याची त्याने बरीच तात्त्विक चर्चा केली.

हे ऐकल्यावर मात्र इंडक्या बिथरला. आधीच त्याचे डोके हलके होते. डोक्यापेक्षा शिंगांचाच भाग मोठा होता. त्यातून ही चिथावणी. मग काय विचारता महाराज!... कोल्ह्याच्या प्रत्येक बोलण्याला तो शिंगे हलवू लागला. लांब नाकाच्या कोल्होबाने मग हळूच शिंडक्याला कसे खायला जास्त लागते आणि म्हातारा झाला असूनही त्याचा हावरेपणा कसा गेलेला नाही, याचे रसभरीत वर्णन ऐकवले. मालकाचा डोळा चुकवून आपण सगळेच थोडे थोडे खाऊ या, हा मुद्दा इंडक्याला पटला. याच्या भरीला रानातल्या उपाशी प्राण्यांचे हृदयद्रावक वर्णन. मग काय, इंडक्याच्या (भरलेल्या) पोटाला एकदम पीळ पडला. डरकाळी फोडून तो म्हणाला, "असं काय! मग आता दाखवतोच हिसका त्या शिंडक्याला. म्हातारा झाला तरी साल्याला खायची इच्छा अजून आहेच अं! थांब, ओढ्याकाठच्या लुसलुशीत गवताचा एरिया तुझ्याकडून काढूनच घेतो. काय करतोस बघू."

कोल्ह्याचे आणि गाढवाचे काम झाले!

दुसऱ्या दिवसापासून शिंडक्या-इंडक्यात रोज मारामारी सुरू झाली. दोघेही एकमेकांच्या अंगावर शिंगे रोखून धावून जाऊ लागले. मोठमोठ्या डरकाळ्या फोडू लागले. विहिरीजवळच्या मुख्य पिकात घुसायचा अधिकार शिंडक्याने आपल्या वासराला दिला तेव्हा इंडक्या भलताच खवळला. त्याने आपल्या वासराला त्या पिकात घुसवले. दोघा वासरांची परस्पर मारामारी होऊन शिंडक्याचा टोणगा घायाळ होऊन चौखूर उधळला, तेव्हा तर इंडक्याला भलताच जोर आला. रानातल्या एका बुजगावण्याने दोघांच्या एकीसाठी खूप प्रयत्न केले, अशीही बातमी सगळीकडे झाली, पण शेवटी दोघांची जोरदार टक्कर झालीच. त्यात शिंडक्याचे एक शिंग मोडले. दुसरे लटालटा हलू लागले. मग मात्र म्हाताऱ्या शिंडक्याने निमूटपणाने माघार घेतली. अखेरची मारामारी करण्यासाठी इंडक्या आला तेव्हा कोल्हा, लांडगे, गाढवे सगळे भोवताली जमा झाले, पण आपले हलणारे शिंग कसेबसे सावरून धरीत शिंडक्याने एकदम जाहीर केले, "मित्रहो, आमची एकी सुप्रसिद्ध आहे. आम्ही दोघेही फार काळापासून एक आहोत. एकी हेच बळ बरे!... यापुढं मारामारी बंद.''

ताजे गवत खाऊन तरारलेला इंडक्या बोलला, "अर्थातच! तुमची आमची एकी राहिलीच पाहिजे. हं, चला आता बसा गोठ्यात. नाहीतर आपली एकी धोक्यात येईल.''

एकीसाठी शिंडक्या आपणहून गोठ्यात जाऊन बसला. अशा रीतीने एकीचाच शेवटी विजय झाला. इंडक्या आता रानात एकटाच फिरतो. वाटेल ते खातो. कोल्हा, गाढव, लांडगा सगळे त्याच्या मागून हिंडत-हिंडत पोटभर चरतात. सगळे चैन करतात.

हल्ली ऊस कडाकडा फोडताना कोल्हा डोळे मिचकावून गाढवाला म्हणतो— "शिंडक्या मरायलाच टेकला आहे. फिफ्टी पर्सेंट काम झालंच आहे. चार दिवस इंडक्याला चरू दे पोटभर. मग मात्र आपण सिंहाला बोलावू. तो चुटकीसरशी याचा निकाल लावील. मग सबंध रान आपल्यासाठी मोकळं! हां: हां:!''

★

माझे माहेर : पंढरपूर

मुंबई-मद्रास रेल्वेमार्गावर, सोलापूर जिल्ह्यात कुर्डुवाडी नावाचे स्टेशन आहे. या स्टेशनावर उतरून आपण बाहेरच्या बाजूला आलो की, इवल्याशा रुळांवर उभी असलेली एक छोटीशी गाडी दृष्टीस पडते. काड्याच्या पेटीसारखे तिचे डबे पाहिले म्हणजे या डब्यात आपल्याला आत शिरता येईल की नाही याची धास्ती वाटते, पण तेवढ्यात 'पुंडलिक वरदा हाऽरि विठ्ठल'चा गजर ऐकू येतो. आपण निरखून पाहतो. मग ध्यानात येते की, डब्यात माणसे प्रत्यक्ष बसलेली आहेत आणि त्यांच्या तोंडूनच हे सुस्वर ध्वनी उमटत आहेत. आता आत बसायला हरकत नाही अशी आपली खात्री होते. आत जाऊन बसलो तरी गाडी लवकर सुरूच होत नाही. ओव्हरलोड झाल्यामुळे गाडी ढकलावी लागणार की काय, अशी दाट शंका येऊ लागते, पण तेवढ्यात गाडी हलते. खरोखरीच हलू लागते. मग दोन-अडीच तासांत बत्तीस मैलांचे लांबलचक अंतर तोडून गाडी चंद्रभागेवरील विलिंग्डन पुलावर येते. या ठिकाणी आल्यावर एक प्रदीर्घ शीळ वाजवण्याचा या गाडीचा रिवाज आहे. ती शीळ ऐकू आली की, आपण दचकतो. खिडकीबाहेर बावरून इकडेतिकडे पाहू लागतो. चंद्राकार वळण घेतलेली चंद्रभागा नदी दृष्टीस पडते. तिच्या काठचे मोठे 'वाळवंट' दिसू लागते. दुरून देवालयाची शिखरे सकाळच्या सोनेरी उन्हात चमकताना दृष्टीस पडतात. गाव नजरेस पडू लागते आणि हां हां म्हणता पंढरपूरच येते. हेच ते पंढरपूर बरे! युगे अठ्ठावीस कर कटीवर ठेवून आपल्या भक्तांना भवसागर कमरेइतकाच खोल आहे असे सांगणारा विठोबा जिथे उभा आहे, तीच ही महाराष्ट्राची आध्यात्मिक राजधानी असलेली दिव्य नगरी!

...तीस वर्षांपूर्वी पंढरपूरचे पहिले दर्शन घडले, पण अजून कसे ते टवटवीत चित्राप्रमाणे डोळ्यांसमोर जसेच्यातसे उभे आहे! आमच्या गावापासून अठ्ठावीस मैल असलेल्या या शहरगावी आलो. त्या गोष्टीस आता तीस वर्षे होऊन गेली. तो बैलगाडीचा दीड दिवसाचा प्रवास. वेळापूरच्या खंडोबाच्या देवळात केलेला रात्रीचा मुक्काम. भंडीशेवगावला खाल्लेल्या दशम्या. ती वाखरी, तो विसावा आणि हळूहळू दिसू लागलेले पंढरपूर. संध्याकाळच्या सरत्या, मंद उजेडात दिसलेली

विठोबा-रखुमाईच्या देवळाची उंच शिखरे. ते रस्ते, तो विजेचा उजेड, ती हारीने लागलेली दुकाने, हॉटेल... आपण कुठल्या तरी शहरात प्रवेश करीत आहोत असे वाटले. तोंडात बोट घालून बावळट मुद्रेने हे सगळे वैभव पाहणारा सात-आठ वर्षांचा तेव्हाचा 'मी' अजून माझ्या डोळ्यांसमोर कसा लख्ख उभा आहे!

विठोबा हा या गावाचा आधार. त्याच्या देवळाभोवती जुने पंढरपूर वसलेले आहे. वर्षामागून वर्षे गेली. पारतंत्र्य आले आणि गेले. जगात केवढे तरी बदल झाले. आठ वर्षांचा मी अडतीस वर्षांचा झालो, पण हे जुने पंढरपूर अजून आहे तसेच आहे. या जुन्या पंढरपुरात फक्त घरे आहेत. रस्ते नाहीत. दोन घरांच्या मधल्या रिकाम्या जागेलाच 'रस्ता' अशी इथे संज्ञा आहे. यालाच सरळ भाषेत 'बोळ' असे नाव आहे. पंढरपुराला हा बोळांचा चक्रव्यूह ज्याने आपल्या डोळ्यांनी पाहिला नसेल तो माणूस खरोखरीच अभागी. फूट-दीड फूट रुंदीपासून पाच फुटांपर्यंत आणि पाच फूट लांबीपासून शंभर-दोनशे फुटांपर्यंत या बोळांची लांबी-रुंदी आहे. या बोळात एकदा माणूस घुसला की, कुठून कुठे निघेल हे नक्की सांगणे अशक्य. जवळचा माणूस या बोळात अडकला की, संध्याकाळपर्यंत तो घरी पोहोचला तरी पुष्कळ. जिथे बोळ संपलेला आहे असे वाटावे तिथे नक्की पुढे जाण्यासाठी वाट आणि पुढे वाट आहे म्हणून जावे तो कुठल्या तरी घराच्या पाठीमागच्या न्हाणीघरात त्याचा शेवट, हा अनुभव अनेकांनी घेतलेला आहे. राजसूय यज्ञाच्या वेळी मयासुराने मायानगरी निर्माण केली होती, अशी महाभारतात आख्यायिका आहे. पाणी आहे असे वाटावे तिथे जमीन असावी आणि जमीन आहे म्हणून पुढे पाय टाकावा तर तो पाण्यात पडावा, अशी त्याची अद्‌भुत रचना होती म्हणून सांगतात. त्यापासून स्फूर्ती घेऊनच या बोळांची रचना झाली असावी. हा आपला अंदाज. कदाचित इथली रचना पाहून मयासुराला मयनगरीची कल्पना सुचली असेल! नक्की कोणी सांगावे? अजूनही हे वैभव पंढरीत दृष्टीस पडते आणि गावाला 'म्युनिसिपालिटी' असल्यामुळे ते अनंत काळपर्यंत टिकून राहील यात शंका वाटत नाही.

पंढरपूरचे हे बोळ फार जुन्या काळापासून प्रसिद्ध आहेत. ते किती आहेत, कसेकसे आहेत आणि कुठून कुणीकडे जातात हे तीस वर्षांनंतरही मी आज सांगू शकणार नाही. अजूनही मी पंढरपूरला जातो तेव्हा त्या बोळांतून हिंडतो. अजूनही प्रत्येक खेपेस एखादा बोळ मला नवाच वाटतो आणि तो आपल्याला नेमका कुठे घेऊन जाईल याचा अदमास करता येत नाही. या बोळांचे दुसरे वैशिष्ट्य म्हणजे पायाखालचे दगड. या बोळांच्या चक्रव्यूहात बसलेले सगळे पंढरपूर केवळ दगडी रस्त्यांनी बनलेले आहे. भुई, भूमी किंवा जमीन नावाचा प्रकार तुम्हाला आढळणार नाही. मोठमोठ्या आडव्या दगडांनी शोभिवंत झालेले हे बोळ आणि त्याखालून नित्य वाहणारे गटाराचे झुळझुळ पाणी. थोडक्यात चुकले, नाहीतर पंढरपूर हे पाण्यात

वसलेले दुसरे व्हेनिस शहरच व्हायचे! दगडांनी ते झाकले गेले इतकेच. हे दगडही मोठे निवडक. प्रत्येकाची प्रवृत्ती स्वतंत्र. एक दुसऱ्यासारखा आढळणार नाही. त्यामुळे खाली रस्त्याकडे पाहून चालण्याची सवय सगळ्यांच्या अंगी पुरेपूर बाणलेली आहे. चालचलणूक बरी नसलेली बाईही या बोळात खाली पाहत-पाहत इतक्या मर्यादेने चालते की, ती 'तशी' असेल, अशी शंका तिच्या यजमानालाही येणार नाही, असे लोक कौतुकाने सांगतात.

पंढरपूर गावात इतर गावांप्रमाणेच अठरापगड जातीची वस्ती आहे. मुसलमान आहे, रेल्वेमुळे थोडेफार ख्रिश्चन आहेत. आता सिंधी आले आहेत, पण गावाचा तोंडवळा ब्राह्मणी आहे. बडवे, उत्पात, सेवाधारी, यजमानकृत्य करणारे, पेन्शनर यांची दाटी असल्यामुळे ब्राह्मण वस्ती भरपूर. त्यामुळे गावाचा चेहरामोहराही ब्राह्मणी असावा यात नवल नाही. पाटील हा प्राणी सामान्यत: मराठा; पण पंढरपूरचा पाटीलही ब्राह्मणच. त्यामुळे सोवळे-ओवळे, नैवेद्य, पीतांबर, कद, श्रावणी, स्नानसंध्या इत्यादी गोष्टींची अजून चलती आहे. चित्पावन, कऱ्हाडे हा प्रकार बेताबेताचा. देशस्थ समाज भरपूर. त्यामुळे देशस्थ-कोकणस्थ हा संकुचित वाद आमच्या गावी फारसा नाही. येथे मारामाऱ्या सगळ्या 'ऋग्वेदी श्रेष्ठ की यजुर्वेदी?' यासंबंधीच्या. श्राद्ध, पक्ष, पारणे, जेवणावळी हे प्रकार नित्याचे. बुंदीचा लाडू, जिलेबी, पुरणपोळी याचे येथे कोणाला कौतुक नाही. पूर्वी समृद्धी होती. त्यावेळी तर अजब मामला होता. रोज कुणीतरी दाता भेटे आणि तो ब्राह्मणभोजन घाली. देवळात मोठमोठ्या पंक्ती झडत, बुंदीचे लाडू एकमेकाला फेकून मारण्याचे प्रकार हमेशा चालत. धिप्पाड, दैत्यासारखे दिसणारे ब्राह्मण आता तुरळकच, पण पाच-पन्नास वर्षांपूर्वीची पिढी कशी असेल याची अजून कल्पना येते.

आषाढी-कार्तिकी या दोन मुख्य यात्रा. त्याखालोखाल चैत्री आणि माघी. शिवाय चतुर्मास आहे, अधिक महिना आहे. संक्रांत, पाडवा आहे. दिवाळीच्या दिवसांतल्या टेंपररी वाऱ्या आहेत. सगळे गाव या यात्रेवर जगणारे. एरवी सगळीकडे शुकशुकाट. निवांत कारभार. सकाळी नऊ-साडेनऊच्या पुढे दुकाने उघडतात. फळ्या-फळ्यांवरून चकाट्या पिटण्याचा उत्साहवर्धक कार्यक्रम ठायीठायी दृष्टीस पडतो. कुणालाच कसलीही गडबड, धांदल नसते. 'निवांत' हा परवलीचा शब्द. फळीवर बसलेला एकजण जाणाऱ्याला विचारतो, ''काय देवा, कसं काय?''

त्यावर तो हसतमुखाने म्हणतो–

''निवांत... तुम्ही?''

''आम्ही पण निवांत.''

''मग झकास!''

असा संवाद गल्लोगल्ली आढळतो. वेळ नाही हा प्रकार पंढरपुरात एरवी

अस्तित्वातच नाही. इतक्या वेळेचे करावे तरी काय, हाच खरा प्रश्न! त्यामुळे गप्पाष्टकांचे अड्डे ठिकठिकाणी पडलेले असतात. लहान मुलापासून म्हाताऱ्या-कोताऱ्यापर्यंत सगळेजण त्यात सहभागी असतात. खाण्यापिण्याची ददाद (एकेकाळी तरी) नसल्यामुळे लोक रगेल, रंगेल. तालमींची संख्या भरपूर. गावातले कुठलेही पोरगे तालमीत हे जायचेच. त्यामुळे मारामाऱ्यांची हौस अतोनात. पूर्वी दिवाळीच्या दिवसांत वाळवंटात दोन-तीन दिवस रात्री दारूची लढाई व्हायची. कलगीवाले आणि तुरेवाले हे गावातले दोन प्रमुख भाग. तालमीतले सगळे जवान उमेदवार गडी, इतकेच नव्हे तर म्हातारेदेखील या लढाईत उतरत. कवठ, नारळ पोकळ करून त्यात उडवायची दारू ठासून भरायची आणि ती फेकायची. प्रतिपक्षाचा एकेक घाट जिंकून चंद्रज्योती लावायच्या. ही लढाई लुटुपुटीची नसे, चांगलीच तुंबळ होई. लालभडक दारूच्या उजेडाने सगळे वाळवंट भरून जाई. घाटापासून नदीच्या निम्म्या पात्रापर्यंत युद्धाची आघाडी पसरलेली असे. त्या दिवसांत सबंध गाव लढाई बघायला लोटायचे. इतकेच नव्हे, आसपासच्या गावांतूनही शेकडो माणसे लढाई बघायला जमत. नारळ-कवठांच्या स्फोटांचे प्रचंड आवाज निघत आणि सगळे गाव हादरून जाई. अजूनपर्यंत कुणी मेलेबिले नाही, पण भाजणे, पोळणे इत्यादी प्रकार होऊन चार-दोन महिने अंथरुणावर पडणारी तालीमबाज मंडळी अनेक! वर्षभर केलेल्या मेहनतीचा असा वचपा निघाला म्हणजे सगळ्यांनाच भारी आनंद वाटत असे. बेचाळीसच्या चळवळीनंतर या लढाईवर सरकारने बंदी घातली. पहिली काही वर्षे ही बंदी मोडण्याचे प्रयत्न झाले, पण लढाई बंद पडली ती पडलीच. आता ती केवळ जुन्या पिढीच्या तोंडची आख्यायिका झाली आहे.

संध्याकाळी वाळवंटात बसलो म्हणजे अजूनही जुन्या आठवणी येतात. लहानपणी आम्ही पोरेसोरे तालमीत बसून नारळ, कवठात दारू कुचत बसायचो. दिवाळीच्या आधी कित्येक दिवस हे काम चाले. मग लढाई पाहायला जी मजा वाटत असे ती काही निराळीच. उंच ठिकाणी, घाटावर बसून लढाई पाहण्यापेक्षा तालीमबाज मंडळींच्या समवेत आघाडीवर उभे राहून लढाई पाहण्यात काय 'थ्रिल' होते म्हणता!... एकदा तर फारच मजा झाली. या लढाईच्या दिवसांत आम्ही दोघे-चौघे मित्र वाळवंटात गप्पा मारीत बसलो होतो. हळूहळू अंधार झाला. चांगला काळोख पडला. गप्पा अशा रंगलेल्या की, किती वाजले हे कळलेच नाही. हळूहळू माणसे जमल्याचे लक्षात आले, पण आम्हाला त्याचे भानच राहिले नव्हते आणि एकदम लढाई सुरू झाली. आम्ही दोन्ही बाजूच्या बरोबर मध्यावर बसलेलो. सगळीकडून कवठ, नारळ पेटल्याबरोबर दचकलो. ते अग्निबाण भराभर अंगावर येऊ लागले आणि आमची पळता भुई थोडी झाली!

कुणाला खरे वाटेल की नाही कोण जाणे, पण आमचे गाव म्हणजे एक

आदर्श तीर्थक्षेत्र आहे. इथे घरांपेक्षा मठ अधिक. शहाण्या लोकांपेक्षा वेडे अधिक. (आणि सुवासिनींपेक्षा सोवळ्या बाया अधिक असाही बोभाटा आहे.) गावाच्या लोकांपेक्षा परगावचे अधिक, असे हे चमत्कारिक गाव आहे. गाव नव्हेच, एक प्रचंड कोडे. लहानसे शहर म्हणण्यापेक्षा मोठे खेडे असे वाटणारे हे गाव खरोखरीच एक मोठे कोडे आहे. उभे-आडवे एक मोठे पसरलेले कोडेच! मला तरी दुसरा शब्दच सुचत नाही. सगळ्या महाराष्ट्रातल्या महाराज मंडळींचे, संस्थानाधिपतींचे मठ आणि वाडे यांचीच संख्या इथे अधिक आहे. या मठांतून, वाड्यांतून त्या-त्या भागातले लोक वर्षानुवर्षे राहतात. चतुर्मासात सगळ्या महाराजांचा मुक्काम परिवारासह इथे असतो. मराठवाडा, विदर्भ, खानदेश, कोकण... सगळीकडून ही मंडळी येतात. यात्रेत तर हे मठ 'हाऊसफुल्ल' असतात. त्यामुळे सच्च्या पंढरपूरकराला मायबोली मराठीच्या सगळ्या छटा उपजत ठाऊक आहेत. कुणी कोणत्याही बोलीत बोलले तरी पंढपूरकराला ती उमगली नाही असे कधी होणारच नाही. इथली दुकानदार मंडळी त्या-त्या बोलीत गिऱ्हाइकाशी सहज बोलतील. इतकेच नव्हे तर उच्चारावरून हा बोल परभणीचा का धुळ्याचा, नगरचा का नागपूर-वर्ध्याचा हे बरोबर ओळखतील. मायबोलीच्या सगळ्या छटांचे इथे कायमचे संमेलन भरलेले दिसेल आणि संयुक्त महाराष्ट्राचे व्यापक दर्शन सहजगत्या घडून जाईल. या वातावरणाचा नकळत फायदा मला कितीतरी झाला आहे. विदर्भ, मराठवाडा, कोकण, सातारा, कोल्हापूर यावरचे प्रादेशिक वाङ्मय मी सहज वाचू शकतो. त्यातले संवाद योग्य अर्थासह, उच्चारासह बोलून दाखवू शकतो. एखाददुसरा शब्द सोडला तर मला ते दुर्बोध कधीच वाटले नाही. माझ्या गावचे माझ्यावर हे अनंत उपकार आहेत.

आमचे गाव तसे दरिद्रीच आहे. या दारिद्र्याचे सोंग करणारेही आहेत. स्वत: कमावून खाण्यापेक्षा कुणी दाता भेटतो का इकडे बहुतेकांचे लक्ष आणि क्षेत्र असल्यामुळे दाते भेटतातही. रोज कुणी ना कुणी नवा माणूस येतो. पैसे वाटतो, दाने देतो, जेवणावळी घालतो. कालमानाने हे सगळे खूपच कमी झाले आहे, पण अजूनही त्यांच्या खाणाखुणा दिसतातच. कुणी कितीही रिकामटेकडा आणि निरुद्योगी असो, त्याला जेवायला मिळण्याची पंचाईत पडत नाही. निदान ब्राह्मणांना तरी नाही. त्यामुळे अशा रिकामटेकड्या आळशी लोकांची संख्या भरपूर. काही मंडळी पाळतीवरच असतात. मंडईत सकाळच्या वेळी पान-तंबाखू खात, विड्या ओढीत तळ ठोकायचा. केळीची पाने, पत्रावळी कोण घेतो इकडे लक्ष. तसे गिऱ्हाईक दिसले की, चाललेच हे त्याच्या मागोमाग. एकदा घर पाहून ठेवायचे. मग दुपारी बारा वाजता बरोबर त्या घरात हजर. अंगणात उभे राहून दोन्ही हात जोडून नम्रतेने सांगायचे,

"दुपारची वेळ आहे, ब्राह्मण उपाशी आहे. जेवायची सोय झाली तर बरं होईल." की काम झालेच म्हणून समजा! घरातला यजमान चरफडेल, आदळआपट

करील; पण त्याला जेवायला घातल्याशिवाय राहणार नाही. असा एकंदरीत प्रकार असल्यामुळे रिकामटेकडी मंडळी नेमकी इथे गोळा होतात. आसपासच्या भागातले वेडे इथे कायमचे येऊन राहतात. ते येतात म्हणण्यापेक्षा त्यांचे नातेवाईक त्यांना इथे आणून सोडतात, हेच जास्त बरोबर. 'क्षेत्राच्या ठिकाणी सगळे जगतात' या विश्वासाने हा उद्योग चालतो. त्यामुळे दर आठ-पंधरा दिवसांनी पंढरपुरात नवा वेडा दिसायचाच. मला चांगले आठवते, लहानपणी तो आमचा एक नित्याचा धंदा असे. नवा वेडा दिसला रे दिसला की, त्याच्या पाठीमागे लागायचे. हातात धोंडा घेऊन चिडून आमच्या अंगावर धावून येईपर्यंत त्याचा पिच्छा पुरवायचा. पोरांचा घोळकाच्या घोळका मागे लागायचा. अशाने एखाद्याचे डोके थोडेसे फिरलेले असेल तर सबंध फिरून जायचे.., पण पोरांना त्याचे काय? या वेड्यांतही तऱ्हातऱ्हा असत. एक स्वारी दिगंबर अवस्थेतच पाच-पंचवीस वर्षे हिंडत होती. या एवढ्या अवधीत चुकून एकही शब्द त्याने कधी उच्चारला नाही. तसा तो अगदी निरुपद्रवी होता. लोक त्याला महाराज म्हणत आणि पायाही पडत. खाण्यापिण्याची पंचाईत त्याला कधीच पडली नाही. दुसरे एक रत्न वारकरी होते. तोंडाने 'विठ्ठल विठ्ठल' करीत खांद्यावर पताका घेऊन प्रदक्षिणेच्या रस्त्यावर सारखे पळत सुटलेले असायचे. तिसरी स्वारी यमकावर यमके जुळवून कविता बडबडत हिंडत असे. एक ब्राह्मणाची बाई खुशाल रस्त्यात कुणालाही अडवायची आणि त्याला पैसे मागायची. दिले तर ठीक, नाहीतर ही आदिमाया कोणता प्रसंग आणेल याची सगळ्यांना भीती वाटायची. भर रस्त्यात ती कुणाचा हात धरील किंवा लडिवाळपणे मिठी मारील याचा नेम नसे. यमी नावाची एक पोरगी लहानपणापासून वेडी होती. डोक्याचे केस फिस्कारलेले आणि अंगात एक पायघोळ फ्रॉक अशा अवतारात ती हिंडत-फिरत असे. चार-दोन वर्षांनी ती गरोदर असल्याचे ध्यानात येई. ते दृश्य पाहिले की, त्या लहान वयातही आम्हाला कसल्या तरी अनामिक विचाराने घृणा येई. काही उद्योग नसला की, असे एक-दोन वेडे हाताशी धरून त्यांच्याशी प्रेमळ सुखसंवाद करीत बसणे हा या गावातल्या मंडळींचा नेहमीचा आवडता उद्योग.

एरवीचे पंढरपूर हे असे, पण वारी जवळ आली की, त्याचे चित्र पार बदलून जाते. सबंध गावाची कळा पालटते. म्युनिसिपालिटी खडी टाकून रस्त्याचा जीर्णोद्धार करते. यजमानकृत्ये करणारे लोक घरे चुन्याने रंगवतात. कधी नव्हे ती दुकाने मालाने गजबजलेली दिसतात. लोक आपल्या कामात दंग असल्याचा चमत्कारिक देखावा दृष्टीस पडू लागतो. चुरमुरे, डाळे, शेंगदाणे यांचे मोठमोठे ढीग दिसतात. कुंकू, बुक्का, तुळशीच्या माळा, अभंग-गाथा यांची चलती होते. फळ्याफळ्यांवरून दुकानदार चिंचेने तांब्या-पितळेची भांडी घाशीत बसल्याचे रम्य चित्र तिथे दिसू लागते. एकूण यात्रेतले पंढरपूर आणि एरवीचे पंढरपूर यात आकाशपाताळाएवढे

अंतर पडते. या दिवसांत गावातला दहा-बारा वर्षांचा पोरगाही उद्योगात गर्क असतो. मरायलादेखील कुणाला फुरसत नसते. नवमी-दशमीपासून गाव लक्षावधी यात्रेकरूंनी गजबजून जाते. रात्रंदिवस ही गजबज चालू असते. यजमानकृत्ये करणाऱ्यांच्या घरात तिळाएवढीही जागा शिल्लक नसते. जिकडे पाहावे तिकडे मुंग्यांसारखी माणसे, माणसे आणि माणसेच. बाहेर दिंड्यापताकांचे दाट वन, टाळमृदंगांचा अप्रतिहत ध्वनी. वाळवंटात कीर्तनाचे फड आणि तमाशांच्या कनाती. दिंड्यांचे ताफे आणि हॉटेलातली गर्दी. चंद्रभागेतले स्नान आणि बारा आणे-रुपयांत निघणारे फोटो. देवळातली प्रचंड दाटी आणि सर्कशीला होणारी गर्दी. पौर्णिमेपर्यंत हा जनसागर एकसारखा उसळलेला असतो. आमचा विठोबा रात्रंदिवस भक्ताच्या दर्शनासाठी तिष्ठत असतो. एकादशीच्या दिवशी विठोबाचे दर्शन मिळणे महाकर्मकठीण. तासन् तास बारीला जाऊन बसावे तेव्हा कुठे पंढरीनाथाच्या समचरणांचे दर्शन घडायचे. तेही निमिषमात्रच. हातात कापडी तोबरे घेऊन देवळातले शिपाई तयार असतात. तुम्ही त्या देवाधिदेवाच्या चरणांवर मस्तक टेकवता न टेकवता तेवढ्यात मानेला हात घालून तुम्हाला कुणीतरी ओढून बाहेर काढते आणि आपण विठोबा पाहिला किंवा नाही याचा विचार करेपर्यंत तुम्ही देवळाच्या बाहेरही आलेले असतात. 'समतेचे पीठ' म्हणून गाजलेल्या या मंदिरातही ओळखी-पाळखी लागतात. वशिलेबाजी होते. सरकारी पास असतात. बड्याबड्या मंडळींची सोय सगळीकडे होत असतेच, तशीच ती इथेही होते. साधीसुधी निष्ठावान माणसे मात्र धक्केबुक्के खातात. तासन् तास खोळंबतात आणि पंढरीरायाचे रूप जेवढे दिसेल तेवढे डोळे भरून पाहून समाधान पावतात. या पांडुरंगाबद्दल आणि त्याच्या पंढरीनगरीबद्दल या माणसांचे प्रेम किती असते म्हणून सांगावे ! 'पंढरपूरचा माणूस' एवढे सांगितले तरी पूर्वी खेड्यापाड्यात लोक भाविकपणे त्याच्या पाया पडत. गावात उतरल्याबरोबर पायातली पादत्राणे हातात घेऊन चालणारी मंडळी अजून दिसतात. का तर पंढरपूरच्या या पवित्र भूमीवर आपण आपली पायताणे कशी घालावीत हा विचार! त्यांची ही भाबडी भक्ती पाहिली तर नास्तिकालादेखील गहिवर फुटेल. 'खेचराचिया मना, आणि सात्त्विकाचा पान्हा' हे वर्णन काही उगीच केलेले नाही. आमच्या या विठुरायाचे माहात्म्य आहेच तसे!

पौर्णिमेला गोपाळकाला झाला म्हणजे ही यात्रा संपते. भाविक, निष्ठावान वारकरी परतू लागतो. गावातल्या लोकांच्या आठ-पंधरा दिवस गाठीभेटी झालेल्या नसतात. त्या नंतर होतात. मग वारीतल्या कमाईच्या गोष्टी निघतात. या खेपेस एकंदर किती पैशाचा खळबळा झाला याची चर्चा होते. एकंदरीत वारी यंदा भरली पुष्कळ, पण फारशी रमली नाही असा निष्कर्ष काढला जातो आणि एरवी शांत झोपलेले हे गाव वारीनंतर पुन्हा एकदा जांभया देऊ लागते, डोळे मिटू लागते आणि

हळूहळू गाढ झोपी जाते. विकृतीतून मुक्त होते आणि आपल्या स्वाभाविक प्रकृतीकडे वळते.

पंढरपूर सोडून आता कितीतरी वर्षे झाली! अन्नासाठी दाही दिशा फिरत पुष्कळ लांब आलो, पण गावाकडे जाण्याची ओढ काही कमी होत नाही. दिवाळीच्या सुट्टीत, हुरड्याच्या सुट्टीत, उन्हाळ्यात... जेव्हा शक्य होईल तेव्हा पंढरपूरची वारी चुकवीत नाही. चार दिवस जरी मिळाले तरी बरे वाटते. आपले आईवडील, भाऊबहिणी, शाळासोबती, बालमित्र यांच्या भेटीची ओढ तर खरीच; पण गावची ओढ निराळी असतेच. गाव आमचे अजून आहे तसेच आहे. त्यात विशेष काहीच बदल झालेला नाही, पण मला मात्र खूप बदल जाणवतात आणि उदास वाटते. नदीकाठावर उभी असलेली आमची शाळा पाहिली की, कितीतरी गोष्टींनी मन उचंबळून येते. याच शाळेत आम्हाला काणे मास्तरांनी गणित आणि संस्कृत शिकवले. रोज सकाळ-संध्याकाळ हे आमचे म्हातारे मास्तर हळूहळू, धिम्या गतीने फिरायला चाललेले दिसत. आम्ही नमस्कार केला की कौतुकाने हसत. त्यांनी किती सुंदर संस्कृत शिकवले! आता काणे मास्तर नाहीत हे ध्यानात येते. वयाने, लौकिकाने भीष्माचार्य म्हणून ज्यांचा लौकिक ते पाटील वकील, हिंदुसभेचे तडफदार नेते, आपल्या प्रखर बुद्धिमत्तेने भल्याभल्यांना दिपवणारे भाऊराव काणे. बहुजन समाजातून आपल्या कर्तृत्वाने पुढे आलेले भाऊ राऊळ... कितीतरी लहानमोठी माणसे काळाच्या पडद्याआड गेली. त्यांच्या आठवणींनी मन अस्वस्थ होते. गाव आहे तसेच आहे; पण पुष्कळ बदलले आहे. जुने चेहरे वरचेवर कमी दिसाताहेत. नवी आपल्याला न ओळखणारी तोंडे वाढताहेत. अरेतुरे म्हणणारी माणसे कमी होऊ लागली आहेत, अहोजाहोचे प्रमाण वाढले आहे. गाव आहे तसेच आहे, पण पुष्कळ बदललेले आहे. दिवसेंदिवस माझ्यापासून दूर जाते आहे, पण तरीही माझी तिकडची ओढ काही कमी होत नाही. अजूनही मी जातोच बरे का! कुणी मला ओळखो न ओळखो, मी आपल्या गावी जातो. सगळीकडे हिंडतो. उदासीनतेचे विलक्षण दुखरे सुख अनुभवतो. कदाचित माझ्या या गावात आणखीही बदल होतील. होईनात! मी पंढरपूरला नियमाने जातच राहणार, कारण कितीही झाले तरी ते माझे विरंगुळ्याचे ठिकाण आहे. माझे माहेर आहे!

☆

'देव आहे काय?' - काही देवांच्या मुलाखती

परवा आपल्या लोकसभेत 'ईश्वर' आहे की नाही, यावर एक फार उद्बोधक चर्चा झाली. सभासदांनी ईश्वराला स्मरून शपथ घ्यायची असते, पण ईश्वर आहे किंवा नाही हेच जर नक्की नाही, तर त्याची शपथ कशी घ्यायची? नसलेल्या नवऱ्याच्या नावाने मंगळसूत्र बांधण्याचाच हा प्रकार! संयुक्त समाजवादी पक्षाचे एक विद्वान सभासद शिवचंद झा यांनी हा 'पॉईंट' बरोबर उकरून काढला. (समाजवादी मंडळी उकरा-उकरीत एकूण फार तरबेज. असो.) देव ही चीज अस्तित्वातच नसल्यामुळे हे शब्द गाळून टाकावेत, अशी त्यांनी मागणी केली. शेवटी मतदान होऊन अखेर देवाच्या बाजूने बहुसंख्य सभासदांनी मतदान केल्यामुळे देवाची स्वारी थोडक्यात बचावली, पण या सर्व प्रकारामुळे स्वर्गात फारच खळबळ उडाली. अनेक देव अस्वस्थ झाले. या निमित्ताने आम्ही त्यांच्या ज्या मुलाखती घेतल्या, त्याचाच वृत्तांत थोडक्यात पुढे दिला आहे.

पहिल्या प्रथम आम्ही शेषशायी भगवान विष्णूकडे गेलो. भगवान शेषाच्या अंगावर आरामशीर पहुडले होते, पण त्यांना झोप मात्र लागलेली नव्हती. ते सारखे पाय चाळवीत होते. त्यामुळे लक्ष्मीला त्यांचे पाय चुरायला फार त्रास होत होता. एकदा तर चुकून तिने त्यांच्या पायाची शीरच जोरात दाबली. त्यामुळे विष्णू मोठ्यांदा ओरडले! अशाही परिस्थितीत ते शांतपणे म्हणाले, ''आमचं अस्तित्व आहे की नाही हा प्रश्नच उपस्थित होऊ शकत नाही. गेली लाखो वर्षे आम्ही आहोत आणि पुढंही राहणार आहोत, तरी पण तुम्हा मानवांच्या समाधानासाठी आम्ही थोडा पुरावा देतो. आम्ही नसतो तर या तुमच्या जगात केवळ पापंच घडत राहिली असती. मधूनमधून पुण्यकृत्यं होतात, साधुसंत जन्माला येतात, ते का? साधुसंतांचा छळ होतो, चोरांचं फावतं, लुच्च्या आणि स्वार्थी माणसांचे राज्य होते आणि अखेरीस त्यांचा बीमोड होतो तो कसा? आम्ही आहोत म्हणूनच ना? परवाचीच गोष्ट घ्या. या इंडिकेटवाल्यांनी सगळी काँग्रेस घशात घातली. हातातल्या सत्तेचा कसाही

उपयोग केला, पण फत्तेसिंग गायकवाड फुटून त्यांचे थोबाड थोडेतरी फुटलेच की नाही? आता बड्याबड्या पुढाऱ्यांची गोष्ट घ्या. सगळे लुच्चे बघता-बघता इंडिकेटवादी झाले. लवकरच त्यांनाही त्यांच्या कृत्याचं फळ मिळेल. ज्याअर्थी या जगात लबाडांना शिक्षा होते, त्याअर्थी आम्ही आहोत! कारण आम्ही म्हणजेच सत्य आणि मूर्तिमंत न्याय.''

''पण भगवान कम्युनिस्ट भाईंचं काय? ते लोक तर तुम्हाला ओळखत नाहीत.'' आम्ही नम्रपणे शंका विचारली.

''आम्ही झोपलो होतो तेव्हा ही जात हळूच जगात सरकली. ती आम्हाला मानीत नाही, याचं आम्हाला मुळीच आश्चर्य वाटत नाही. पूर्वीचा इतिहास हाच आहे. मागे असुर लोकांनी अशीच अंदाधुंदी माजवली होती. सध्या तो डांग्यासुर फार मातला आहे ना? त्याचे बंगालमधले भाईबंदही उन्मत्त झाले आहेत. लवकरच आम्ही त्यांचा नि:पात करून टाकू. अरे, तो आमचा नेहमीचाच धंदा आहे. तू बिलकूल काळजी करू नकोस.''

बोलता बोलता भगवान एका कुशीवर वळले आणि घोरू लागले. तेव्हा लक्ष्मीदेवीने आम्हाला इशारा केला. मग आम्ही उठून कैलासावर भगवान शंकराच्या भेटीस गेलो. महादेवाची स्वारी या वेळी स्मशानात बसली होती आणि भोवतालचा भूतगण त्यांची आरती करीत होता. त्यांच्या गळ्यात असलेल्या नागामुळे आम्ही जरा दूरच बसून त्यांना प्रश्न विचारला. तेव्हा हातातील चिलीम बाजूला ठेवून शंकरमहाराज आपले लाल डोळे अधिकच लाल करून ओरडले, ''हा कोण झा झा? आम्हाला अस्तित्वच नाही असं म्हणणारा हा कोण हरामखोर?''

''झा झा नाही, झा'' आम्ही नम्रपणे दुरुस्ती सुचविली, पण महादेवांचे तिकडे लक्ष नव्हते. ते पुढे ओरडले, ''तरी माझा तिसरा डोळा सारखा फुरफुरतो आहे! गेल्या कित्येक युगांत तो उघडलेला नसल्यामुळे सध्या तो घट्ट मिटून बसलेला आहे. प्रॅक्टिससाठी म्हणून का होईना, आता अधूनमधून तो उघडलाच पाहिजे!''

''पण तो उघडून कुणाला जाळणार?'' आम्ही महादेवाच्या कपाळावरील तिसऱ्या डोळ्याकडे बारकाईने पाहत भीतभीत विचारले, ''मागं एकदा मदनाला आपण जाळलंत तर केवढी बोंबाबोंब झाली! आता तर आमच्याकडे लोकशाही आहे. असं एकदम कुणाला पेटवता वगैरे यायचं नाही तुम्हाला!''

''सध्या लोकशाही आहे, हे आम्हालाही ठाऊक आहे!'' शंकर चिलमीचा एक झुरका घेऊन म्हणाले, ''त्यामुळे एकट्या-दुकट्यावर हा प्रयोग करायचाच नाही! एकदम एखादा जथाच्या जथा भस्मसात केल्यावर कोण काय म्हणणार? अर्जुनानं जसं खांडववन जाळलं तसं एखादं वन आहे का शिल्लक?''

'' 'काँग्रेसवन' नावाचं एक वन आहे खरं,'' आम्ही विचार करून सांगितले,

"काँग्रेस-गवत नावाचं गवतही फार माजलंय देशात. सगळ्या पिकांचा नाश चालवलाय त्यानं, पण ते आपण जाळण्याची गरज नाही."

"का बरं?"

"ते आधीच पेटलेलं आहे. दोन झाडं एकमेकांवर आदळून आपोआप अग्नी उत्पन्न झाला आणि सबंध काँग्रेसवन जळू लागलं आहे. चांगलाच भडका उडालेला आहे. लवकर हे वन खलास होईल!"

"भली खोड मोडली गुलामांची!" शंकर खूश होऊन म्हणाले, "तरी या चोरांचा आमच्यावर विश्वास नाही अं? पापाला प्रायश्चित्त मिळालं याचाच अर्थ देव आहे! हा अर्थ नाही का शिरत यांच्या टाळक्यात?"

महादेवाच्या या म्हणण्याला मान तुकवून आम्ही त्यांचा निरोप घेतला. शेजारीच नंदीमहाराज खिन्न होऊन बसले होते. आम्ही कारण विचारले तेव्हा ते म्हणाले, "बाईकडं जावं की बुवाकडे जावं याच्या मी विचारात आहे. दोघंही मला फार गळ घालताहेत. तुम्ही आमचेच असं म्हणताहेत. मला तर काहीच कळेनासं झालंय! तुम्हीच सांगा मी कुणाकडं जाऊ?"

खरे म्हणजे आम्ही देवांची मुलाखत घेण्यासाठी स्वर्गात गेलो होतो, पण या नंदीने माझीच मुलाखत घ्यायला सुरुवात केली तेव्हा आम्ही भांबावून गेलो. तरी हाडाचे पत्रकार असल्यामुळे गप्प बसण्याचा गुणधर्म आमच्यात नाही! प्रत्येक प्रश्नावर आपल्याजवळ उत्तर आहेच अशा नेहमीच्या आत्मविश्वासाने आम्ही म्हटले, "आपल्याच जातीची मंडळी ज्या ठिकाणी जास्ती, तिथं जाणं उत्तम."

"तो विचारही माझ्या मनात आला होता, पण दोन्हीकडं मला सारखीच संख्या दिसते आहे. म्हणून तर पंचाईत."

"मग असं करता येईल!" आमच्या डोक्यात एकदम एक नवीन कल्पना स्फुरली. "भूतपिशाच्च, वेताळ-खेताळ ही मंडळी ज्या ठिकाणी असणार, तिथं महादेवाचं स्थान असणारच. अन् महादेव तिथं नंदी. असा मेळावा कुठं भरेल असं वाटतं?"

"सध्या नवी दिल्लीत भरलेलाच आहे." नंदीने मान डोलावली, "आत्ता शिंगाखाली थोडा प्रकाश पडला. मी बाईंच्याकडे जाईन मग. थँक्स्!"

नंदीमहाराजांचे समाधान करून आम्ही जवळच असलेल्या गणपतीबाप्पाकडे धाव घेतली. मोरयाबाप्पा नुकतेच मोदक खाऊन पोटावरून हात फिरवीत विश्रांती घेत पडले होते. देवी सरस्वती वीणा वाजवून त्यांचे मनोरंजन करत होती. आम्ही प्रश्न विचारल्याबरोबर दोघेही नवरा-बायको संतप्त झाले. सोंड उजव्या बाजूला वळवून गजानन महाराज म्हणाले, "या संयुक्त समाजवाद्यांना काही उद्योगधंदा आहे की नाही? स्वत:चे अध्यक्ष यांना नीट सांभाळता येत नाहीत. लागलेत देवाच्या

उठाठेवी करायला?''

वीणा बंद करून सरस्वती म्हणाली, ''आमच्यापर्यंत पोहोचायला खूप अवकाश आहे म्हणावं. आधी आपल्या पक्षाला अस्तित्व आहे की नाही याची चौकशी करा. मग आमची. आता एकजूट केलीय म्हणे-''

''जाऊ दे गं,'' गणपतीने आपला वरदहस्त तिच्याकडे वळवून म्हटले, ''त्यांच्या नादाला शहाण्यानं लागूच नये. त्यांचा पक्ष तसा आहे. एकेक विद्वानशिरोमणी काय काय मुक्ताफळं उधळताहेत ते पाहत राहावं नुसतं. एकापेक्षा एक विदूषक आहेत त्यांच्यात! त्यांचं काय बोलणं एवढं मनावर घ्यायचं? मीच त्यांना बुद्धी दिलेली नाही तर त्याला ते बिचारे काय करतील?''

इतका वेळ आम्ही गप्पच होतो. त्या उभयतांचे हे बोलणे ऐकल्यावर आम्ही म्हटले, ''पण त्यांच्यातील काही मंडळींना थोडासा राष्ट्रवादाचा वगैरे नाद आहे, पण हे भाई लोक तर निव्वळ 'अल्ला हो अकबर' आहेत. त्यांना कशाचंच सोयरसुतक नाही. ते तुम्हाला शिव्याही देतात. इकडे कामगारांत सत्यनारायणही करतात. तुमच्या उत्सवात 'लाल बावटेकी जय'चा कार्यक्रम करतात. फार जोरात आहेत गणपती महाराज ते लोक सध्या.''

''अरे, पापी अन् असुरी माणसं पहिल्यांदा जोरातच असतात!'' वक्रतुंड महाराज सोंड हलवून बोलले, ''त्यांनी केलेली पापं असह्य झाली म्हणजे मग आम्हाला अवतार घ्यावा लागतो. त्यांचं काम ते इमानेइतबारे बजावताहेत. हिरण्यकश्यपू असाच देवाला मानीत नव्हता. खांबातून नरसिंह प्रकट झाल्यावर त्याची बोबडी वळली. तुम्ही लोक जनतेला सांगा, नरसिंह अवतार धारण करा म्हणून. आत्ता खलास होतील!''

मंगलमूर्तींचे आणि त्यांच्या पत्नीचे आभार मानून आम्ही पुढे सटकलो. इंद्रसभेत जाऊन इंद्र, अग्नी, वरुण, बृहस्पती यांचेही विचार ऐकावेत अशी इच्छा होती, पण या मुलाखतीत फार वेळ गेला होता. तेव्हा उरलेल्या देवांच्या मुलाखतीचा बेत आम्ही कॅन्सल केला. वाटेत चालताना सहज एका मंदिरात डोकावलो. बाहेर 'चंडिका-निवास' अशी पाटी होती, पण आत चंडिकेची मूर्ती आढळली नाही. थोडे आश्चर्य वाटून आम्ही चौकशी केली तेव्हा रस्त्यावरून जाणारा एक किरकोळ देव म्हणाला, ''म्हणजे? तुम्हाला ठाऊकच नाही का?''

''नाही! काय बरं?''

''चंडिकादेवी सध्या तुमच्या हिंदुस्थानातच आहेत. त्या तुमच्या देशाच्या सध्या पंतप्रधान झाल्याची बातमी इकडं आली आहे.''

''असं? अन् तिच्या दोन्ही दाराजवळचे ते अहिरावण आणि महिरावण? ते कुठं आहेत?''

''तेही तिच्याबरोबरच गेले आहेत. फकरुद्दीन आणि जगजीवनराम अशा नावानं त्यांनीही अवतार घेतला आहे म्हणतात.''

ही माहिती ऐकल्यावर मात्र आम्ही तेथे थांबलोच नाही. ताबडतोब धूम ठोकून जे पळालो ते थेट आमचे कार्यालय येईपर्यंत!

★

पशूंची निषेध सभा- राष्ट्रीय प्राणी 'सिंह?' छे!

अरण्यातील वातावरण आज फार गंभीर होते. एका मोठ्या झाडाखाली बरेचसे पशू गोळा होऊन एकमेकांची पाठ खाजवीत बसले होते. सर्वांचे चेहरे तर गंभीर झाले होतेच, पण शेपट्याही गंभीरपणे हलत होत्या. नेहमी डरकाळी फोडणारा वाघ मान खाली घालून शेपटीच्या झुपक्याने डोळे पुशीत होता. गाढव आज चारही पायांवर उभे होते. इतकेच नव्हे तर त्याने आपले डोळे चक्क उघडलेले दिसत होते. म्हशीच्या मुद्रेवरचा संताप स्पष्ट ओळखू येत होता. एक कुत्रा मात्र लांब बसलेल्या एका कुत्रीकडे बारकाईने पाहत होता. पाठीमागच्या बऱ्याच जणांच्या तोंडून जांभया बाहेर पडत होत्या. एकूण कसलीतरी दुखवट्याची सभा असावी हे कुणालाही कळण्यासारखे होते.

बराच वेळ गेल्यावर कोल्हा पुढे सरकला. दोन पायांवर उभे राहून तो म्हणाला, "मित्रहो, आजचा प्रसंग हा फार दुःखाचा आहे. आज आपण कशासाठी जमलो आहोत, हे सर्वांना माहीतच आहे."

"नाही बुवा–" एक रेडा शिंगे हलवून बोलला, "हा टोणगा म्हणाला, चला रे सभेला. म्हणून आपण आलो. कशासाठी जमलो आहोत आपण?"

कोल्होबा संतापून म्हणाले, "फार विद्वान आहात आपण! इकडे अरण्याला आग लागलीय अन् तू विचारतोस कशासाठी सभा आहे म्हणून! वा! गाढवोजी, सांगा, सांगा त्यांना सभेचा हेतू."

आपल्याला एकदम पुकारण्यात येईल, अशी गाढवाला कल्पना नव्हती. त्यामुळे ते दचकले. नाकातली लोळी बाहेर काढून फुरफुरून म्हणाले, "मला माहीत आहे. वाघोबांची मावशी हल्ली आजारी असते. ती बहुधा मेली असावी. म्हणून त्यांचं सांत्वन करण्यासाठी आपण इथं–"

"खामोष!" लांडगा ओरडला. मग त्याने उडी मारून एकदम गाढवाचा लांब कान चावला. त्याबरोबर गाढवाने मागचे दोन्ही खूर हवेत झटकले. त्याचा पुसटसा घाव लागून आळसटपणे रवंथ करीत बसलेल्या एका बैलाचे थोबाड फुटले. त्याने ढुशी मारली. तेव्हा लांडगा किरण मारून आपल्या जागेवर बसला. सभेत एकदम

खळबळ माजली. वातावरण जरा जिवंत झाले.

सर्वांची कीव करीत कोल्होबा म्हणाले, "मित्रहो, काय हे? प्रसंग कोणता आणि आपण कसे वागत आहोत?"

"कोणता प्रसंग?" पुन्हा रेड्याने पृच्छा केली.

आता मात्र कोल्होबा संतापले. आरडाओरडा करीत त्यांनी बराच वेळ बडबड केली. मग सगळ्या जनावरांना कळले की, खरोखरीच मामला सिरीयस आहे. भारताचा राष्ट्रीय पशू म्हणून सिंहाची निवड झाली असल्याची भयंकर बातमी नुकतीच आली आहे. त्यामुळे अनेकांवर अन्याय झाला आहे. झालेल्या घटनेचा कडाडून निषेध आणि पुढील चळवळीची दिशा यासाठी ही सभा बोलावण्यात आलेली आहे.

"यासंबंधी वाघोबांचं काय मत आहे? ते कळलं म्हणजे मग आम्हाला स्पष्टपणे बोलता येईल," एक पांढरे अस्वल झुलतझुलत म्हणाले.

"वाघोबा सगळ्यात शेवटी बोलतील. तोपर्यंत तुम्ही आपला अभिप्राय व्यक्त करावा."

हे ऐकल्यावर इतका वेळ झाडाच्या फांदीवर बसलेले माकड टुणदिशी उडी मारून उभे राहिले आणि बोलले, "मला वाटतं भारताचा राष्ट्रीय पशू म्हणून सिंहाची निवड होणं, ही अगदी अयोग्य गोष्ट आहे. माझी निवड शेळी आहे. शेळी बापूजींची कित्ती लाडकी होती, हे काय सांगायला पाहिजे! बापूजींमुळे शेळीला आंतरराष्ट्रीय प्रसिद्धीपण मिळाली आहे. शिवाय हे गांधी जन्मशताब्दीचं वर्ष आहे–"

"करेक्ट!..." गाढव आनंदाने ओरडले.

"तसं पाहिलं तर भारताचं धोरणही शेळपटच आहे. त्याही दृष्टीने शेळीची निवड अगदी योग्य. उत्कृष्ट!"

अडीच लाखाचे लॉटरीचे तिकीट मिळालेल्या इसमाकडे इतरेजन जसे बघतात तसे सर्व शेळीकडे पाहू लागले. शेळीही हुरळली. अत्यानंदाने तिने बें-बें केले. माकडाने तर टाळ्यादेखील वाजवल्या, पण तेवढ्यात बैलोबा हुंकार करीत उठले. इतका वेळ ते मातीत शिंगे खुपसून मघाचा राग शांत करण्याचा प्रयत्न करीत होते. ते खवळून म्हणाले, "मूर्खांनो, तुम्हाला काही अक्कल आहे की नाही?"

"बैल सोडून सर्वांना अक्कल असते..." ससा म्हणाला. मग टुणदिशी उडी मारून तो लांब पळाला.

बैलाने पुन्हा नाक फेंदारले.

"या देशात माझ्याइतकी किंमत दुसऱ्या कुणाला आहे? आज राज्य कुणाचं चालू आहे? बैलजोडीचं. ही बैलजोडी खूण काढून घ्या अन् बघा काँग्रेस फार दिवस निवडून येते का ते! प्रत्येक प्रांतात आमचं राज्य आहे. अगदी रक्ताचं नातं म्हटलं

तरी चालेल.''

"तू नुसता बैल नाहीस. शुद्ध नंदीबैल आहेस नंदीबैल!'' कोल्हा तुच्छतेने म्हणाला. "राज्यकर्त्यांशी तुझं जवळचं नातं आहे ही गोष्ट कबूल, पण तू राष्ट्रीय पशू कसा होतोस? उगीच वशिलेबाजी करू नकोस. केवळ काँग्रेस म्हणजे देश नव्हे. समजलास?''

"तसं पाहिलं तर मीसुद्धा—'' ससा लांबून ओरडला.

पण त्याचे बोलणे कुणाला ऐकूच गेले नाही. गोंधळ वाढतच होता. बैलाला पुन्हा पुन्हा सांगूनदेखील तो खाली बसेना— "मी नाही तर नाही, मग निदान गाईला तरी राष्ट्रीय पशू ठरवा'' तो बोलू लागला, "गाय ही गोमाता आहे. ती नव्वद टक्के लोकांच्या दृष्टीने देवता आहे. आपला मुलूख शत्रूने हिसकावून घेतला तरी हिंदू लोक फारसे चिडत नाहीत, पण गाईला भोसकलं तर मात्र क्षुब्ध होतात. गाय-वासरू हे चिन्ह—''

"करेक्ट!...'' गाढवाने पुन्हा मान हलविली, "सध्या भारताची स्थिती जगाच्या दृष्टीनं गरीब गाईचीच आहे. गाय हीच आपली राष्ट्रीय पशू ठरवून टाका. 'सत्यमेव जयते' हे ब्रीदवाक्यदेखील काढून टाका म्हणावं. त्याऐवजी 'आम्ही गाई जातीच्या' हे वाक्य कोरायला सांगा.''

सभेतील चर्चेला भलतेच वळण लागले, हे पाहून कोल्होबा अस्वस्थ झाले. खरं म्हणजे भारताचा राष्ट्रीय पशू होण्याची योग्यता आपलीच आहे असे त्याला मनापासून वाटत होते. पंचतंत्राच्या काळापासून आपली ख्याती. इसापाने आंतरराष्ट्रीय कीर्तीला पोहोचवलेला प्राणी. आपली कुणाला आठवणही होऊ नये, याची त्याला खंत वाटली. आज देशातले सर्व लोक, पुढारी कोल्ह्याच्या धूर्तपणाने वागून स्वत:चा फायदा करून घेत आहेत. स्वार्थ आणि लुच्चेपणा यांची परंपरा देशाच्या कानाकोपऱ्यांत चालू आहे. तरी आपले नाव कुणाला आठवू नये म्हणजे काय? आपण आकाराने लहान म्हणून कुणाच्या डोळ्यांत भरत नाही, दुसरे काय? "साला फिगर मार खाती आपली!'' तो पुटपुटला. आपले स्वत:चे जर जमले नाही, तर 'कॉम्प्रमाईज कॅन्डिडेट' म्हणून वाघोबाचे नाव पुढे करायचे असे त्याने ठरवून टाकले होते. वाघोबाने नुसती डरकाळी फोडली तर बाकीचे प्राणी 'वॉक आऊट' करतील याची त्याला खात्री होती. आता त्याचे नाव सुचविलेच पाहिजे.

कोल्हा बोलायला सुरुवात करणार, तेवढ्यात एक खेचर उठून उभे राहिले. नम्रपणे सर्वांना अभिवादन करून ते म्हणाले, "माझं नाव कुणी सुचवील अशी माझी मुळीच कल्पना नव्हती—''

"मग कोण सुचवतो आहे तुझं नाव? बैस खाली!'' लांडगा गुरगुरला.

"मीच सुचवतो आहे—'' खेचर शांतपणे म्हणाले. त्याबरोबर सगळीकडे

हशा झाला.

"मी आधीच नाही का म्हणालो की, माझं नाव कुणी सुचवील अशी माझी मुळीच कल्पना नव्हती म्हणून! म्हणूनच आपण आपलं स्वतःचं नाव सुचवलं पाहिजे हे मी केव्हाच ठरवलं होतं."

"करेक्ट! अगदी योग्य पद्धत!" गाढव हुरळून म्हणाले. आता आपणही उठावे की काय, याचा ते विचार करू लागले. तेवढ्यात खेचर शांतपणे पुढे म्हणाले, "मला मुद्देसूद बोलण्याची सवय आहे. फाफटपसारा नाही. मीच भारताचा राष्ट्रीय पशू होणे योग्य, याबद्दल माझी पूर्णपणे खात्री आहे. त्याची कारणे अशी–

(१) 'संकर' आणि 'संकरित वस्तू' याला सध्या देशात फार महत्त्व आहे. मी एक संकरित प्राणी आहे. म्हणून माझी निवड व्हावी. (२) घोडा आणि गाढव या दोघांचाही मी वंशज आहे. माझी निवड झाल्यास हे दोन्ही प्राणी खूश होतील. 'एका दगडात दोन पशू'. दोघांनाही खूश करणं, हीच या देशातील पुढाऱ्यांची आवडती गोष्ट आहे. (३) 'खेचर' हा प्राणी पंतप्रधानांच्या फारच आवडीचा आहे. काही दिवसांपूर्वीच आमचं महत्त्व सांगणारं भाषण त्यांनी लोकसभेत केलं होतं. पंतप्रधानांची आवडनिवडही या प्रकरणी निर्णायक समजली पाहिजे. (४) माझी निवड झाल्यास ब्रीदवाक्य म्हणून "तुम्हा तो संकर सुखकर हो" हे प्रसिद्ध वचन उत्तम रीतीनं उपयोगात आणता येईल. (५) 'खेचर' याचा मूळ, उच्च प्रकारचा अर्थ, आकाशात संचार करणारा असा आहे. अमेरिकेतील व रशियातील काही 'खेचरे' चंद्रावर पोहोचलीसुद्धा. आपल्यालादेखील असाच पराक्रम करावयाचा असेल तर 'खेचर' हा राष्ट्रीय पशू होणं इष्ट आहे."

खेचराचे हे मुद्देसूद आणि तडफदार भाषण ऐकून सभेत पुन्हा खळबळ झाली. आता त्याची निवड होते की काय, अशीही भीती काही प्राण्यांना वाटली. माकड दात विचकून म्हणाले, "हाः हाः! खेचर आपला राष्ट्रीय पशू? काय वेड लागलंय खेचऱ्या तुला? उद्या मीसुद्धा राष्ट्रीय प्राणी व्हायला काय हरकत आहे! हनुमंताच्या कालापासून आमची प्रसिद्धी आहे. नव्या दिल्लीतील आपल्या पुढाऱ्यांच्या हालचाली आणि माकडउड्या यात काही फरक आहे काय? मुलांचा आवडता प्राणी मीच. आमचा पार्श्वभागही क्रांतीचा निदर्शक आहे."

"अरे हा कम्युनिस्ट दिसतो!" कुणीतरी मोठ्यांदा ओरडले. मग माकडाला बळेबळेच झाडावर चढवण्यात आले. पुन्हा बोलण्याची त्याला बंदी करण्यात आली.

इतका वेळ डोळे मिटून गपगार बसलेले एक काळतोंडे वानर आता उठले. हनुवटीला असलेली बोटभर दाढी कुरवाळून ते म्हणाले, "मित्रांनो, माझ्या या दाढीमुळे मी एखाद्या पाक-राष्ट्रीय मुसलमानाप्रमाणं दिसतो असं नाही का तुम्हाला वाटत? एवढं एकच माझं क्वालिफिकेशन भारताचा राष्ट्रीय प्राणी व्हायला पुरेसं आहे. माझ्या 'काळतोंड्या' या वैशिष्ट्यानंही माझं सेक्यूलर राष्ट्रीयत्व पुरेपूर सिद्ध

होण्यासारखं आहे.''

आता मात्र वाघोबा खवळले. इतका वेळ ते शोक करीत मान खाली घालून स्वस्थ बसले होते, पण जो तो आपलंच प्यादं पुढं सरकावण्याची खटपट करीत आहे, हे बघितल्यावर त्यांचा संताप अनावर झाला. त्यांनी एक प्रचंड डरकाळी फोडली. त्याबरोबर सगळे प्राणी थरथर कापू लागले.

''मूर्ख प्राण्यांनो,'' वाघ संतापून म्हणाला, ''मी इथं असताना तुम्ही स्वत:ची नावं सुचवता? शरम नाही वाटत? अरे, माझं सौंदर्य काय, ताकद काय, ऐट काय?... त्या लेकाच्या सिंहात असं काय आहे? नुसत्या दाढीमिशा अन् केस यामुळे तो उगीचच भाव खातोय. सगळी बुवाबाजी आहे.''

''करेक्ट, अगदी बरोबर!'' गाढव ओरडले. ताबडतोब ते वाघाच्या मागे जाऊन उभे राहिले.

''या देशात बुवाबाजी फार माजली आहे! त्याचा हा परिणाम. अरे, या सिंहाचे केस, दाढीमिशा भादरा. मग कसा दिसतो बघा.''

''एकदम होपलेस!'' कोल्होबा उद्गारले.

''या देशात असेच बुवा फार. त्यांच्या दाढीमिशा काढा. म्हणजे मग त्यांची खरी किंमत कळून येईल. नालायक, हरामखोर!'' वाघोबा ओरडले.

वाघाचे म्हणणे सर्वांनाच पटले. शेवटी वाघ बोलणार हे समजल्यावर बऱ्याच प्राण्यांना पुढं काय घडणार याची कल्पना आली होती आणि म्हणूनच हत्तीसारखा धीरगंभीर प्राणीसुद्धा स्वस्थ बसून होता. सर्वांनीच वाघाचे नाव पसंत असल्यासारखे दाखविले, पण वाघ तेवढ्यावर संतुष्ट नव्हता...

...पण एवढ्यात एक विलक्षण प्रकार घडला. एखादा प्रचंड ढग गडगडावा तसा भयंकर आवाज आला. काळीज थरकापून टाकणारी गर्जना ऐकू आली. ही सिंहगर्जना आहे हे सर्वांनी क्षणात ओळखले. मग काय विचारता! एकदम धावाधाव झाली. विलक्षण वेगाने एकेक पळाले. पाठीमागे नुसता धुराळा उडाला आणि क्षणार्धात तेथे कुणीही राहिले नाही.

...एकटा वाघ तेवढा कानाने सावट घेत आणि तीक्ष्ण दृष्टीने इकडेतिकडे बघत पवित्र्यात उभा राहिला.

पुन्हा एकदा प्रचंड गर्जना झाली आणि जवळच्या झाडीतून एखाद्या तीरासारखा वनराज मृगेन्द्र त्या ठिकाणी येऊन दाखल झाला. त्याबरोबर वाघाने अत्यंत आनंदी मुद्रा धारण केली. मग आपला उजवा पंजा पुढे करून तो म्हणाला, ''काँग्रेच्युलेशन्स सिंहजी! आपल्या निवडीनं फार फार आनंद झाला!... जे आमच्या सगळ्यांच्या मनात होतं तेच झालं! छान, फार छान! अभिनंदन!''

★

भारतीय चांद्रयानाचे भ्रमण

'अपोलो-११'च्या साहाय्याने तीन अमेरिकन वीर अंतराळात गेले आणि परत आले. चंद्रावर माणसाचे पहिले पाऊल पडले. फार मोठा अद्भुत पराक्रम अमेरिकेने करून दाखवला. याच वेळी रशियाने आपले 'ल्यूना' नावाचे यान चंद्रावर स्वारी करण्यासाठी पाठवले होते. हे यान निर्मनुष्य होते, पण अमेरिकन वीरांनी चंद्रावर कोणकोणते उद्योग केले हे सगळे या 'ल्यूना'ने टिपून घेतले म्हणतात. साहजिकच आहे. जागतिक स्पर्धेत आपले राष्ट्र पुढे असावे अशी इच्छा असेल तर, अशा गोष्टी कराव्याच लागतात.

आपला देशही काही कमी आहे म्हणता काय? मुळीच नाही. आपल्या सरकारनेही असेच यान याच वेळी चंद्रावर गुपचूप पाठवले होते, हे तुम्हाला माहीत आहे काय? तुमचा विश्वास बसणार नाही, पण गोष्ट खरी आहे. आपल्या दिल्लीच्या सरकारने खरोखरीच एक गुप्त यान 'अपोलो-११' आणि 'ल्यूना' यांच्या पाठोपाठ पाठवून दिले होते. इतकेच नव्हे तर त्यात माणसेही होती. ही आपली माणसेही चंद्रावर उतरून, माती वगैरे खणून त्यांच्या पाठोपाठ परत पण आली, पण आपली गुप्तता एवढी विलक्षण की, जगात कुणालाही भारताच्या या अंतराळातल्या भ्रमणाचा पत्ता लागला नाही! केवळ आम्ही म्हणूनच या 'गुप्त' माहितीचा पत्ता लावला.

वाचकांच्या सोयीसाठी ही माहिती आम्ही येथे थोडक्यात प्रसिद्ध करीत आहोत. मात्र ही माहिती टॉप सिक्रेट आहे हे लक्षात ठेवून त्यांनी ती कोणालाही सांगू नये, अशी विनंती आहे.

म्हणजे गंमत अशी झाली की, आपले यान चंद्राकडे सोडायचे अगदी ऐन वेळी ठरले. त्यासंबंधीची योजना गेली दहा वर्षे सरकारच्या दप्तरात होती, पण तिच्यावर केवळ विचारविनिमय चालू होता. चंद्रासंबंधी काही आंतरराष्ट्रीय संकेत आहेत काय आणि अशा मोहिमेमुळे वैश्विक शांतीचा भंग होणार नाही ना, याची गुप्त चौकशी

चालू आहे, असे जाहीर उत्तर एका मंत्र्याने कुठल्याशा परिषदेत दिले होते. दरवर्षी या विषयासाठी काही रक्कमही अर्थसंकल्पात दाखवण्यात येत होती. ती खर्च झाल्याचे आढळले, तेव्हा पुन्हा चौकशी सुरू झाली. चौकशीत असे कळाले की, ही रक्कम एका मंत्र्याच्या मुलाने 'मधुचंद्रा'साठी खर्च करून टाकली. शेवटी हे प्रकरण कसेबसे दाबून टाकण्यात आले. (महाराष्ट्रातल्या एका जिल्हा परिषदेच्या अध्यक्षांनी 'चंद्राकडे जाण्यासाठी' या बाबीचा फायदा घेऊन सासवडच्या चंद्रा-मास्तरणीकडे जाण्यासाठी या पैशांची मागणी केली होती असेही ऐकिवात आहे. असो!) सांगण्याचा मुद्दा असा की, या घोळात बरीच वर्षे गेली. 'अपोलो-११' निघालेसुद्धा. मग मात्र आमचे सरकार खाडकन जागे झाले. ताबडतोब एक चांद्रयान तयार करून तिघा-चौघांना तिकडे पाठवून द्या, असा हुकूम सुटला. तेव्हा धावपळ सुरू झाली. अखेर हिमालयाच्या एका उंच शिखरावरून एक अग्निबाण घाईघाईने सोडण्यात आला.

या यानातून कुणाला चंद्राकडे पाठवावे, असाही एक वाद निर्माण झाला होता. प्रत्येक भाषेचा एक असे चौदा वीर– यानात दाटीवाटी करून का होईना– पाठवावेत असे एका शास्त्रज्ञाचे मत पडले. तेवढीच राष्ट्रीय एकात्मता साधेल, असे तो म्हणाला. एवढ्यात तेलंगणाचा मनुष्य वेगळा पाहिजे असे एकाने जाहीर केले. म्हणजे एकूण ही संख्या पंधरावर गेली. इतकी माणसे यानात बसू शकणार नाहीत हे ध्यानात आल्यावर चिठ्ठ्या टाकून माणसे निवडण्याची कल्पना निघाली. चिठ्ठ्या म्हटल्यावर अनेकजण मंत्र्यांच्या चिठ्ठ्या आणण्यासाठी धावले. बरीच पळापळ झाली. गोंधळही उडाला. (एका मराठी मंत्र्याने प्रत्येकाला चिठ्ठी दिली आणि पुन्हा शास्त्रज्ञांना निराळी चिठ्ठी पाठवून 'काय पाहिजे ते करा' म्हणून कळवले. त्यामुळे आणखीनच गोंधळ उडाला.) शेवटी एका शास्त्रज्ञाने युक्ती काढली. चंद्रावर जाणारे यान परत येईलच असे नाही, कदाचित तेथेच मरण येण्याची शक्यता आहे, ही गोष्ट त्याने ठासून सांगितली. त्याचा इष्ट तो परिणाम होऊन सगळी नावे पटापट बाद झाली. एकही वीर चंद्रावर जाण्यासाठी तयार होईना. पुन्हा पेच निर्माण झाला. कुठलीही चार माणसे ताबडतोब पाठवा, असे तातडीचे फर्मान आले. तेव्हा मात्र शास्त्रज्ञांनी वेळ घालवला नाही. त्यांनी पुण्याचा एक मराठी मनुष्य, अमृतसरचे एक सरदारजी आणि अलिगढचा एक राष्ट्रीय मुसलमान यांची ताबडतोब निवड करून त्यांना यानात बळेबळेच चढवले. ट्रेनिंग द्यायला वेळ नव्हताच. त्यासंबंधी एक सरकारी अधिकारी प्रेमळपणानं म्हणाला...

"सध्या तुम्ही चंद्रावर जाऊन परत तर या! म्हणजे तुमचा टी.ए.डी.ए. तुम्हाला क्लेम करता येईल. ट्रेनिंगचं आपण मागनं बघू."

टी.ए.डी.ए. हे प्रकरण कुणाच्या डोक्यातही नव्हते. दोन लाख मैलांचे किती

बिल होईल, हे ध्यानात आल्यावर पुण्याचा मराठी अंतराळवीर ताबडतोब यानात शिरला आणि त्याने अंतराळवीराचा पोशाख अंगावर चढवलासुद्धा. 'चाँद' खरा इस्लामधर्मीयांचा आहे आणि या स्वारीत एकतरी 'अपना आदमी' असणे आवश्यक आहे, हे दुसऱ्या एका दाढीवाल्या सरकारी अधिकाऱ्याने कानात सांगितल्यामुळे राष्ट्रीय मुसलमानदेखील यानात घुसला. येऊनजाऊन राहिले सरदारजी. त्यांची समजूत पटवणे अवघड होते.

"आपण चंद्राकडे जायच्याऐवजी त्यालाच गोळी घालून खाली पाडला तर नाही का सोयीचे होणार?" या त्यांच्या शंकेचे समाधान शास्त्रज्ञांनाही करता आले नाही. शेवटी दुसरा एक सरदारजी त्याच्या कानाशी लागला.

"यार! जाओ ना उपर. अगर एक बार जाके लौटे आयेंगे तो वहाकी मिट्टी ट्रकसे लानेका सब कंत्राट तुमको मिल जायेगा—"

या उद्गारांचा मात्र जादूसारखा परिणाम झाला आणि हेही राजेश्री पळतपळत यानात जाऊन बसले. अशा रीतीने आपल्या कार्यक्रमातला पहिला टप्पा पूर्ण झाला.

खरे म्हणजे हे यान रात्री ठीक नऊ वाजता सुटणार होते, पण तेवढ्यात एका मुख्यमंत्र्याचा तातडीचा निरोप आला की, आपण या कार्यक्रमास जातीने उपस्थित राहू व त्याचे उद्घाटन करू. त्यामुळे कार्यक्रमाची वेळ बदलावी लागली, कारण हे मुख्यमंत्री नऊऐवजी दहा वाजता आले. उशिराबद्दल दिलगिरी व्यक्त करून ते म्हणाले,

"चंद्रासंबंधी मला लहानपणापासून प्रेम. 'चांदोबा' नावाचे शास्त्रीय मासिक मी तेव्हापासून वाचत असे. सूर्य पूर्वेला उगवतो, तर चंद्र पश्चिमेला उगवतो हे असे का, याबद्दलचे मानवाचे कुतूहल सनातन आहे. चंद्रावरील स्वारीने याचा शोध लागेल, असा मला विश्वास वाटतो. शास्त्रज्ञ आणि अंतराळवीर यांना एकच गोष्ट या प्रसंगी मला निक्षून सांगितली पाहिजे. ती ही की, चंद्र हा 'सेक्युलर' आहे. तेथे विशिष्ट धर्माचे राज्य नाही. अशा राज्यात जाण्याची संधी काँग्रेसमुळे तुम्हाला मिळत आहे, हे ध्यानात ठेवा. निवडणुकीच्या वेळी काँग्रेसला विसरू नका. चंद्रावर जर पैसा आणि सोने, रत्नेमाणके सापडली तर ती आपल्या देशाला हवी आहेत. वाटल्यास ती कर्ज म्हणून घेण्यासही आम्ही तयार आहोत. असो, तुम्ही परत आला तर तो महात्मा गांधींचा विजय आहे, हे ध्यानात ठेवा."

मुख्यमंत्र्यांचे हे भाषण झाल्यावर हा उद्घाटनाचा कार्यक्रम संपला. हाही कार्यक्रम गुप्त होता. तथापि त्यांची गुप्तपणे 'पब्लिकशिट्टी' व्हावी असा आग्रह होता म्हणतात, पण चंद्रावरून परत आल्यावर फोटोसह ही बातमी छापू, हे आश्वासन दिल्यावर ते खूश झाले आणि मग धडाड्धूम होऊन आपला अग्निबाण उंच आकाशात उडाला.

अग्निबाणाने पहिला टप्पा पूर्ण करून दुसरा गाठल्यावर शास्त्रज्ञांनी आपल्या वीरांशी संपर्क साधला.

"काय, कसं काय वाटतं आहे?" एका शास्त्रज्ञाने विचारले. त्याबरोबर यानातून मोठी किंकाळी फोडलेली ऐकू आली– "घाबरू नका, आम्हीच तुमच्याशी बोलतो आहोत पृथ्वीवरून."

हे ऐकल्यावर हुश् आवाज झाला. मग मराठी मनुष्य म्हणाला, "छान आहे! मस्त वाटतंय."

"बाकीचे दोघे काय करताहेत?"

"सरदारजी झोपलेत आणि खानसाहेब चटई टाकून नमाज पढताहेत."

केंद्रावरील दुसरा शास्त्रज्ञ चिडून म्हणाला, "असं? मग तुम्ही तरी का जागे आहात? झोपा खुशाल. चांगली डाराडूर झोप काढा ना."

"झोपलो असतो–" मराठी मनुष्य हळूच कुजबुजत्या आवाजात म्हणाला, "पण माझ्या खिशात साडेतीन रुपये आहेत. मी झोपलो तर हे साले काढून घेतील ना! शिवाय इथं फराळाचंही बरंच दिसतंय. मी ते खात बसलोय."

शास्त्रज्ञांनी कपाळाला हात लावला. "मूर्खा, एकदम इतकं खाऊ नकोस. नाहीतर उपाशी मराल पुढं. तेवढंच अन्न आहे यानात–" त्यांनी संदेश दिला तेव्हा कुठे मचमच आवाज बंद झाला आणि कुठले तरी सिनेमातले गाणे भसाड्या सुरात म्हटलेले ऐकू येऊ लागते. तेव्हा शास्त्रज्ञांनी निरुपायाने संपर्क साधण्याचे काम सोडले. आता हे दुसरा टप्पा ओलांडून पुढे कसे जाणार आणि पृथ्वीच्या गुरुत्वाकर्षणात कसे शिरणार हेच त्यांना कळेना, पण नोंदणी-यंत्रावर बरोबर नोंद होत होती. आपले यान चंद्राच्या गुरुत्वाकर्षणात शिरले ही नोंद पाहून शास्त्रज्ञ स्वत:च थक्क झाले. त्यांनी पुन्हा यानातील भारतीय वीरांशी संभाषण सुरू केले.

आता सरदारजींचा आवाज ऐकू आला.

"सरदारजी, अपना विमान उपर गया क्या?"

"हां, वही मै पुछ रहा हूं–" सरदारजी म्हणाले, "ऐसा कैसा हो गया?"

"मराठी तात्याको बुलाव."

मराठी तात्याशी संपर्क साधल्यावर तो म्हणाला, "हा साला गाढव मनुष्य आहे. सारखी इकडची बटणं फिरव, तिकडचा दांडा ओढ असं माकडासारखं चालवलंय यानं."

"मग झालं काय प्रत्यक्ष?"

"काय व्हायचंय? यानं मूर्खानं एक कुठला तरी दांडा ओढला. त्याबरोबर धडाडकन आवाज आला अन् आमचं विमान प्रचंड वेगानं वर गेलं. कशाचा कशाला पत्ता नाही."

"बरं, चंद्र कसा दिसतोय सांगा पाहू.''

"चंद्र?– अरे हो. चंद्र बघायचं या गडबडीत राहूनच गेलं. थांबा हं, बघून सांगतो. ए मियाजी, तुम चूप बैठो–'' मधेच तात्या खेकसला.

"मियाजी काय म्हणताहेत?'' शास्त्रज्ञाने कुतूहलाने विचारले.

'ते म्हणताहेत की– हमारे चांदके बारेमें तुम कौन हो बोलनेवाले? हम बोलेंगे सब कुछ.''

"अच्छा अच्छा, मियाँसाहेब, तुम्हीच सांगा.''

इकडून संदेश गेल्यावर थोड्या वेळाने खानसाहेबांचा आवाज ऐकू आला–

"चाँद क्या दिखता है साला! बहोत बडा और बहोत खुबसुरत! हमारा चाँद कितना अच्छा है! हम किसीको नही देंगे.''

'ठीक आहे, ठीक आहे. आता झोपा खूप वेळ. शक्य तितक्या वेळ झोपा. तेच फायद्याचे होईल–'' आपल्या केंद्राने संदेश दिला. ताबडतोब तिघांच्याही घोरण्याचा आवाज यंत्रावर ऐकू येऊ लागला.

पाच मिनिटांनी तात्या म्हणाले, "मी जागा आहे बरं का सायंटिस्टवाले. आपल्याला साला पैसा खिशात असल्यावर झोप नाही येत.

'ठीक आहे.'' केंद्राने संपर्क बंद केला.

आपल्या यानाचे पहिले दोन-तीन दिवस असे पार पडले.

चंद्रावर उतरण्याची वेळ भारतीय वेळेनुसार सकाळी आठ वाजता ठरलेली होती, पण सकाळचे आठ वाजून गेले तरी चंद्रावर उतरल्याचा संदेश अंतराळवीरांकडून आला नाही, हे पाहून शास्त्रज्ञ अस्वस्थ झाले. केंद्रीय मंत्रालयातूनही निरोपामागून निरोप आले– "आपले अंतराळवीर अजून का उतरले नाहीत? प्लीज, एक्सप्लेन इन रायटिंग.'' तेव्हा सगळेच शास्त्रज्ञ घाबरले. आता आपल्या नोकरीवर गदा येते की काय, असे त्यांना वाटू लागले. त्यांच्यापैकी दोन शास्त्रज्ञ पर्मनंट होते. त्यामुळे ते कशातच लक्ष घालीत नव्हते. काही सेमीपर्मनंट होते. ते थोडे पुढेपुढे करीत होते. बरेचसे गेली दहा वर्षे टेंपररी पोस्टवर होते. त्यामुळे त्यांना फारच भीती वाटू लागली. पुन्हा एकदा चांद्रयानाशी संपर्क साधून त्यांच्यापैकी एकाने पृच्छा केली–

"अरे बाबा! आता उतरा ना खाली! कशाची वाट पाहत आहात?''

पुणेरी तात्या म्हणाला, "अजून माझी अंघोळ झालेली नाही. अंघोळ केल्याशिवाय बाहेर पडायचं म्हणजे कसंसंच वाटतं. भिकारदास मारुतीला मी रोज जातो, पण स्नान आटोपून.''

"बरं बरं. आटपा लवकर. बाकीचे दोघेही तयारी आहेत ना?''

"हम सब तय्यार है.'' सरदारजी मधेच तोंड खुपसून म्हणाले, "सायंटिस्टसाहेब आज 'पूनमकी रात' है क्या?''

"क्यो?"

"हमे पुरा राऊंड चाँद दिखाई देता है. इसलिये पुछा."

"हां हां. लेकिन रात नही दिन है अभी."

"खानसाहब पुछते है की चाँदपर कुछ छोटी छोटी चिजें दिखाई देती हैं वो मुर्गी है क्या? अगर है तो हम काटेंगे."

शास्त्रज्ञांनी कपाळाला हात लावला.

"उतरा उतरा खाली आधी. मग सांगतो."

"अच्छा अच्छा."

थोड्याच वेळात धडाड्धुम असा आवाज आला. पृथ्वीवरचे आपले केंद्र तर हादरलेच, पण ते ज्यावर होते ते हिमालयाचे शिखरही डळमळले. आपले वैज्ञानिक एकदम घाबरले. बहुतेक उल्कांचा स्फोट किंवा चांद्रयानाचा विध्वंस. खलास! कसले आपले वीर जगताहेत! पार चिंध्या उडाल्या असतील त्यांच्या...

निराश होऊन एका वैज्ञानिकाने सहज संपर्काचे बटण फिरवले. तो पुणेरी वीराची अत्यानंदाची आरोळी ऐकू येऊ लागली.

"सायंटिस्टवाले, अहो उतरलो हो आम्ही चंद्रावर. आपले विमान पार रुतून बसलंय इथल्या वाळूत."

"उतरलात? शाब्बास! मग आता प्रचंड आवाज कसला झाला?"

"खानसाहेब त्या इंधन ठेवलेल्या खोलीत झोपले होते. तिथंच त्यांनी विडी ओढली अन् ती तिथंच टाकली. एकदम इंधन पेटलं आणि धाडकन आवाज आला. आपल्या विमानाची मागची बाजू पार खलास झाली."

"बापरे! मग?"

"मग काय? आपलं सबंध विमानच एकदम खाली आलं अन् आदळलं इथं."

"तुम्हाला लागलं तर नाही ना कुठं?"

"सरदारजींचं टाळकं टपाला धाडकन आदळलं. दोन टेंगळं आली. त्यामुळे ते जरा शहाण्यासारखं वागताहेत. खानसाहेबांची दातखीळच बसलीय. ते एक बरंच झालं म्हणा–"

"अन् तुम्ही स्वत:?"

"वामकुक्षी करण्यासाठी थोडा आडवा झालो होतो. त्यामुळे कुठं लागलं नाही. थोडा उडालो अन् खाली पडलो झालं. तेवढे खिशातले साडेतीन रुपये कुठं पडले साले. मघापासून हुडकतोय, पण सापडत नाहीत–"

"ते असू द्या. आता उतरा खाली. चंद्रावरची माती गोळा करा."

"ठीक आहे."

"उतरल्यावर लगेच सांगा तिथलं वातावरण कसं आहे?"

"इथनं तरी बरं दिसतंय."

"खाली उतरून मग सांगा. शिडीवरून नीट उतरा. पहिल्यांदा डावा पाय टाका."

"डावा नाही टाकणार आपण. उजव्याचं फार महत्त्व आहे आपल्या शास्त्रात."

"आम्ही सांगतो तसं करा."

"ठीक आहे."

खाली उतरल्यावर पुणेकर वीराने जी माहिती सांगितली, ती ऐकून शास्त्रज्ञांना बरेच आश्चर्य वाटले. चंद्रावरच्या रस्त्यावर सगळीकडे खळगे आणि चिखल आहे. त्यावरून जवळपास म्युनिसिपालिटीचे ऑफिस असावे असा त्याचा तर्क होता. एका मोठ्या ग्रहावरून खूप प्रकाश येत होता आणि उष्णतामान खूपच वाढलेले होते. हा ग्रह बहुधा सूर्य असावा असे सरदारजींचे म्हणणे होते, तर तो 'खरा चंद्र' असावा असा मियांचा तर्क होता. काही खड्ड्यांच्या जवळपास 'काम चालू रस्ता बंद' अशा पाट्याही लांबून दिसल्याचे तात्या म्हणाला. त्यावरून त्या खड्ड्यात नक्कीच काही माणसे पाय घसरून पडली असावीत, असेही त्याला वाटत होते. चंद्रावरची माती व खडक खणून काढायला अवघड असल्यामुळे सुरुंग लावून खडक फोडू का अशीही पृच्छा करण्यात आली, पण शास्त्रज्ञांनी त्या गोष्टीला मनाई केली. पहारीने खडक फोडता फोडता कुणी कुठला खडक फोडावा, या मुद्द्यावर सरदारजी व खानसाहेब यांच्यात बरीच बाचाबाची झाली आणि दोघांनीही फोडलेले दगडधोंडे एकमेकाला फेकून मारले. तात्याने मात्र पिशव्या भरभरून माती गोळा केली– "पांढरट रंगाची शाडूसारखी माती आहे ही! गणपती करायला फर्स्टक्लास. जाहिरात करायची पेपरमध्ये की, खास चंद्रावरची माती आणून तयार केलेले गणपती! शिवाय ब्राह्मणाच्या हातचं जानवं. काय खपतील हो गणपती! दहा-दहा रुपयांच्या खाली नाही देणार आपण. हां–"

"या मातीचे गणपती? शाबास!" एका शास्त्रज्ञाच्या अंगावर काटाच आला.

"राहिलं. निदान पोळ्याच्या दिवशी बैल होतील. त्याला तर हरकत नाही ना?"

"बघू मागनं. तुम्ही आता विमानात चढा अन् झोप घ्या. थोड्याच वेळात परत निघायचं आहे तुम्हाला."

आपल्या अंतराळवीरांचे काम अशा रीतीने झटपट पूर्ण झाले. त्याचे ते अवरोहण पाहण्यासाठी टेलिव्हिजनची सोय नव्हती. आपल्या केंद्रावरच टेलिव्हिजनचे यंत्र बसवले होते व टीव्ही सेट विमानात ठेवण्यात आला होता. अंतराळवीरांच्या करमणुकीसाठी मधूनमधून काही कार्यक्रम करण्याची योजना होती. विमानात परत आल्याबरोबर सरदारजींनी टीव्ही सेटचे बटण दाबले. त्याबरोबर शास्त्रज्ञांचे भेसूर

चेहरे दिसले. सरदारजी एकदम खवळले आणि ओरडले–

"ए तुम्हारा मूह मत दिखाव हमको. चले जाव यहाँसे."

"मग काय पाहिजे सरदारजी आपल्याला?" शास्त्रज्ञांनी नम्रपणे प्रश्‍न केला.

"औरतोंका एक डान्स दिखाव. साला, कितने दिन हो गये एक औरत नजरमें नही आयी। चांदपर भी साला औरत नही हैं।"

सरदारजींचा हा आरडाओरडा ऐकल्यावर एक खास हिंदी फिल्म आणून टीव्ही सेटवर दाखवण्यात आली. त्यातील डान्स पाहून सरदारजी खूश झाले. टीव्ही सेटवरील नर्तिका त्यांनी हाताने धरण्याचा प्रयत्न केला, तेव्हा खानसाहेबांनी आणि पुणेरी तात्याने त्यांना अडवून धरले. बराच वेळ झोंबाझोंबी झाली. दमल्यामुळे तिघांनाही झोप लागली.

वाटेत आणखी एक गंमत झालीच! आपले अंतरिक्षयान परत येण्यासाठी निघाले आणि वाटेतच अडकले. चंद्राचे गुरुत्वाकर्षण सोडून पृथ्वीच्या गुरुत्वाकर्षणात शिरताना काहीतरी घोटाळा झाला. यान पृथ्वीच्या आकर्षणात शिरेचना. ते चंद्राभोवतीच फिरत राहिले. आता काय करावे, हे कुणालाच समजेना. शास्त्रज्ञांनी अनेक संदेश पाठवून मदत करण्याचा प्रयत्न केला, पण ते काही साध्य होईना. हताश होऊन शास्त्रज्ञांनी शेवटचा संदेश पाठविला–

"आता आपली भिस्त परमेश्वरावर. तुम्ही प्रार्थना करा, नवस करा. तरच धडगत आहे."

यावर घाबरलेल्या सरदारजींचा कापरा आवाज आला– "यहाँसे हम अकलमंदीसे काम करेंगे. हर एक वख्त कुछ सोचेंगे."

मग पुणेरी वीर लटपट्या आवाजात म्हणाले, "आमची बायको खणानारळानं ओटी भरीलच. शिवाय मी यंदा गणपती कन्सेशन प्राईसला देईन. गिऱ्हाईकांच्या अंगावर खेकसणार नाही."

पण तरी विमानाच्या गतीत आणि दिशेत फरक पडेना. दोघांच्याही प्रार्थना फुकट गेल्या. शेवटी अलीगढचे खानसाहेब चटईवर गुडघे टेकून आणि दोन्ही हातांचे तळवे वर पसरून बोलले, "अल्लामिया, याद रखो. हम राष्ट्रीय मुसलमान है। अगर मैं मर जाऊंगा तो काँग्रेसका राज हिंदुस्थानमें नही चलेगा। हिंदुओंको कोई नही सताएगा।"

हे वाक्य उच्चारले जाते न जाते तोच पुन्हा प्रचंड आवाज झाला आणि आपले अंतरिक्षयान एखाद्या तीरासारखे पृथ्वीच्या गुरुत्वाकर्षणात घुसले आणि प्रचंड वेगाने पृथ्वीकडे निघाले! शास्त्रज्ञांनी सुटकेचा निःश्वास टाकला.

आता पुढचा सगळा वृत्तांत आम्ही सांगत बसत नाही. यथावकाश तो सगळ्यांना कळणारच आहे. आपले वीर त्या क्षणापासून जे झोपले ते त्यांचे यान हिमालयावर परत येऊन आदळले, तरी ते झोपलेलेच होते. इतकेच नव्हे तर ते तिघेही एका सुरात घोरत होते. त्यांच्या घोरण्याचा आवाज ऐकणे हा एक विलक्षण अनुभव होता.

अमेरिकेतल्या शास्त्रज्ञांना मात्र हे माहीतच नाही. मध्यंतरी 'अपोलो-११' वरून चमत्कारिक आवाज ऐकू आले आणि कुणीतरी खदाखदा हसताहेत, असा त्यांना जो भास झाला, त्याचे गूढ त्यांना कधीच कळणे शक्य नाही.

कारण हा आवाज आमच्या वीरांच्या घोरण्याचाच होता!

★

गणपतीची जनतेला विनंती

सेक्रेटरी,
ढगेवाडी गणेशोत्सव मंडळ,

सालाबादप्रमाणे आम्ही भक्तांना दर्शन देण्यासाठी गणेशचतुर्थीस आपल्याकडे येऊन दहा दिवस मुक्काम करणार आहोत. सालाबादप्रमाणे आपण यंदाही सेक्रेटरी झाल्याचे ऐकले म्हणूनच हे पत्र. गेल्या वर्षी आपण जी वर्गणी गोळा केली, तिचा हिशेब अद्यापि तुम्ही दिलेला नाही. जो दिला, तो खोटा आहे असे तुमच्या घरातील उंदराने मला सांगितले आहे. दरवर्षी आपण हे धंदे करता आणि तेही माझ्या नावावर याचे मला दु:ख होते. 'श्रींची पूजा व प्रसाद' या नावाखाली आपण रोज किती पैसे दाबता, हे मला चांगले ठाऊक आहे, कारण चमचाभर खिरापतीपलीकडे मला तर कधीच काही दिसले नाही. या खेपेला असा काही प्रकार केलात तर तुमचीच पाद्यपूजा करून तुम्हाला महाप्रसाद देण्याची माझी इच्छा आहे. रात्र रात्र जागरणे, संध्याकाळपासून मध्यरात्रीपर्यंत रेकॉर्ड्स लावून आसपासच्या लोकांची झोप उडविणे, पोरीबाळींशी टारगट गप्पा मारीत बसणे याही गोष्टी तुम्ही यंदा टाळाल तर बरे होईल. तुमच्या रेकॉर्ड्सच्या माऱ्यांनी माझ्यासारख्या मंगलमूर्तीच्या मनातही तुमच्याबद्दल अमंगल विचार येतात. मग बिचाऱ्या शेजाऱ्यापाजाऱ्यांच्या मनात काय काय येऊन जात असेल! महिलांना 'हळदीकुंकू' आणि पुरुषांना 'पानसुपारी' या आकर्षक कार्यक्रमाच्या वेळी तुम्ही व इतर सर्व स्वयंसेवकांनी सभ्यपणे वागणे अत्यंत आवश्यक आहे. पुरुष मंडळींना पानसुपारी मिळाली की नाही याकडे दुर्लक्ष करून बायकांच्या हळदीकुंकवाबाबतच काही मंडळी जास्त उत्साह दाखवतात असे मला दिसून आले आहे. काही व्हालंटिअर्सनी तर स्वत:च काही पोरींना हळदीकुंकू देण्याचा प्रयत्न केला हे मी समक्ष या माझ्या डोळ्यांनी पाहिले आहे. तरी अशा गोष्टी यंदा टाळाल आणि माझा उत्सव सभ्यतेने आणि प्रामाणिकपणाने पार पाडाल अशी आशा आहे.

आपला
मंगलमूर्ती मोरया

देशभक्त आप्पाजी टोणगे यांसी,

सप्रेम जय हिंद, गेल्यावर्षी 'गणपतीबाप्पा मोरया, पुढच्या वर्षी लवकर या' असा लोकांनी आक्रोश केला होता, पण तरीही यंदा यावे की नाही याचा मी गंभीरपणे विचार करीत होतो. एकदा तर न येण्याचा विचार पक्का झाला होता. आपली भयानक व्याख्याने हेच त्याचे एकमेव कारण होय!

भाषणे ठोकण्याचा आपला उत्साह मला कौतुक करण्यासारखा वाटतो, पण भाषण हे ऐकण्यासाठी असते, लोकांना झोपवण्यासाठी नसते, हे आपण ध्यानात ठेवल्यास बरे होईल. आपल्या प्रत्येक भाषणाच्या वेळी बरीच मंडळी डाराडूर झोपा काढीत असतात. म्हातारे-कोतारे चक्क घोरतात आणि तरणी पोरे केवळ पोरींकडे पाहत बसण्यासाठीच बसलेली असतात. तुमच्या 'बँकांचे राष्ट्रीयीकरण' या विषयावरील भाषणाने तर मलाही जांभया आल्या होत्या आणि चारी हात वर करून मीही आडवा होण्याच्या बेतात होतो. मग बिचाऱ्या मनुष्यप्राण्यांची काय कथा!

मी बुद्धिदाता देव आहे. तुम्हाला मी बुद्धी दिलेली नाही. तरीही तुम्ही एखाद्या विषयावर दोन-दोन तास व्याख्यान देऊ शकता याचा मला चमत्कार वाटतो. इतका वेळ सातत्याने आपल्या मूर्खपणाचे प्रदर्शन करीत राहणे ही गोष्ट मलाही अद्‌भुत वाटते. स्वत: फायनल नापास असूनही देशातील शिक्षणपद्धतीवर तुम्ही मौलिक विचार व्यक्त करता. पोस्टमनखेरीज दुसरा खाकी ड्रेस कधी बघितलेला नसताना 'सैन्य आणि देशाचे संरक्षण' या विषयावर तुम्ही अस्खलितपणे वक्तृत्व गाजवता. पैसे कसे खावेत एवढीच विद्या अवगत असताना देशाच्या आर्थिक परिस्थितीसंबंधी तुम्ही चिंता व्यक्त करता. गेल्या वर्षी तर तुम्ही 'धर्म म्हणजे काय' याही विषयावर बोलून अगदी कहर करून सोडलात! (नाही म्हणायला 'परित्यक्ता महिलांची समस्या' या विषयातील तुमचा अधिकार मला मान्य आहे, कारण ती समस्या तुम्हीच निर्माण केलेली आहे, असो.) यंदा हे धंदे बंद करा अशी माझी आपल्याजवळ हात जोडून विनंती आहे. यंदाही आपण हाच सपाटा चालू ठेवल्यास पुढच्या वर्षी यावे की न यावे, याचा मला खरोखरीच गंभीरपणे विचार करावा लागेल.

आपला

गणपतीबाप्पा

भावगीतगायक 'नका गडे' यांसी,

आपले वास्तविक मूळ नाव अरगडे असले तरी 'नका गडे' याच नावाने आपण प्रसिद्ध आहात. माझ्या उत्सवात यंदाही आपण आपली सुप्रसिद्ध भावगीते गाणार आहात काय? तसे असेल तर एकूण आपला अवतारच आता समाप्त करावा की काय, याचा मला निर्णय घेतला पाहिजे. परिस्थिती खरोखरीच गंभीर आहे.

भावगीताच्या नावाखाली बायकी गाणी म्हणण्याचा जो आचरटपणा तुम्ही करता तो मला मुळीच आवडत नाही. समरगीतेदेखील तुम्ही याच ढंगाने म्हणता याचा मला चमत्कार वाटतो.

चाऊ-माऊ चाऊ-माऊ दोघांनाही आपण खाऊ
चला गडे झडकरी, बुडवा शत्रूला लवकरी!

ही काय समरगीते आहेत? असली समरगीते आम्ही बापजन्मात कधी ऐकली नाहीत! असली गाणी पुन्हा वर लाजत-लाजत, मुरके मारीत तुम्ही म्हणता आणि ती लोकांना आवडतात असे सांगता. खरोखर तुमचे कान उपटून तुमच्या हातात दिले पाहिजेत. तुमच्या प्रत्येक गाण्यात 'गडे, नका गडे' हे शब्द असतात याचा अर्थ काय? शत्रूला उद्देशूनही तुम्ही 'नका गडे' म्हणणार की काय?

नका गडे बँकाकडे पुन्हा पुन्हा पाहू
राष्ट्रीयीकरण झाले बाई, खूश आता होऊ!

हे नवेच भावगीत तुम्ही यंदाच्या उत्सवात म्हणणार आहात असे ऐकले. बँकेच्या राष्ट्रीयीकरणावर भावगीत आणि तेही तुम्ही म्हणणार या कल्पनेनेच माझ्या डोळ्यांसमोर काजवे चमकत आहेत. असली आचरट गाणी, बायकी समरगीते, मूर्ख प्रेमगीते आणि हंबरडागीते यांच्या माऱ्याने मी हैराण होऊन गेलो आहे. यंदा ही गाणी एकदम बंद झाली पाहिजेत. नाहीतर चाऊमाऊच्या ऐवजी मी तुम्हा मंडळींनाच खाऊन टाकण्यास कमी करणार नाही. 'भावगीत' हा शब्द कानावर पडला तरी मला हल्ली मळमळल्यासारखे वाटते. मोदकावर वासना जात नाही. डोके तापते. माझा इशारा जाताजाताना केलेला नसून येतायेताना केलेला आहे, हे नीट ध्यानी ठेवा. नाहीतर 'विघ्नहर्ता' हे नाव मला बदलून घेणे भाग पडेल.

आपला
लंबोदर वक्रतुंड

गायनाचार्य नरसिंहबुवा इदरगुच्चीकर,

आपले गाणे मी किती वर्षे ऐकावे अशी आपली इच्छा आहे? देव झाला तरी त्याच्या सहनशक्तीला काही सीमा आहे. आपले गायन आहे म्हटल्याबरोबर अलीकडे मला धडकी भरते आणि माझे हातपाय थरथर कापू लागतात. माझ्यासमोर तोंड करून आपण जी गायनाची बैठक घालता, ती तीन-तीन तास मोडीत नाही. या तीन तासांत तुम्ही वेडीवाकडी तोंडे आणि चमत्कारिक अंगविक्षेप सतत करीत असता आणि हे सगळे मला डोळ्यांनी पाहावे लागते. लोकांचे ठीक आहे. सुज्ञ लोक, बायकापोरे तुमच्या कार्यक्रमाला येतच नाहीत. तो दिवस विश्रांतीचा असे समजून घरोघर घोरण्याचे आवाज निघतात. बावळटपणाने उगीचच थांबलेले काही लोक

तुमचा पहिला 'ख्याल' झाल्याबरोबर 'बाहेरख्याली' होतात. काही लुच्चे खांबाला टेकून डोळे मिटतात आणि चक्क झोप काढतात. मध्यंतरानंतर दोन कप कॉफी हाणून ही मंडळी पसार होतात. शेवटी उरतो तो फक्त मी. तुम्हाला आठवते? अनेक मंडपांत माझ्याशिवाय दुसरा कुणीही श्रोता तुमच्या गाण्याला नव्हता. देव सापडला म्हणून काय त्याला एवढं छळावं काय?

नरसिंहबुवा, मी प्रत्यक्ष अनुभवाने सांगतो. तुमच्या भसाड्या आवाजातील तराणा ऐकून गल्लीतील प्रत्येक घरची पोरेबाळे दचकून उठतात आणि किंचाळत नाचू लागतात. तुमची गौळण ऐकून अनेकांनी गोकुळाष्टमीला उपास करणे सोडून दिले असे ऐकतो. तुमची ठुमरी तर फारच परिणामकारक आहे. तोंडात पानाचा तोबरा भरून तुम्ही जे शब्द उच्चारता ते कुणालाच कळत नाहीत. त्यामुळे ठुमरीची रंगत वाढते ही गोष्ट कबूल आहे, पण राष्ट्रभाषेबद्दल आधीच असलेल्या गैरसमजात जास्त भर पडते हे तुमच्या लक्षात आले नाही काय? तुमच्या आलापींनी आणि बकरी तानांनी घोटाळा होऊन एक बोकड भर मंडपात एकदम धावत आला होता आणि त्याने तुम्हालाच ढुशी दिली होती, हे तुम्ही विसरलात काय?

यापुढे या गोष्टी नीट लक्षात ठेवा. तुमचे हे शास्त्रोक्त गायन कृपा करून माझ्या उपस्थितीत करू नका. मी सकल कलांचा उपास्य देव. तरीसुद्धा ही गायनी कळा बंद केली पाहिजे असे औरंगजेबी विचार माझ्या मनात येतात. काही मधुर, गोड, मनाला गुंगवणारे, रिझवणारे गाणार असाल तर माझ्या मंडपात तळ ठोकावा. नाहीतर माझ्या वाटेला अजिबात जाऊ नये. हे ऐकले तर ठीक. न ऐकल्यास केव्हातरी सोंड लांब करून मी तुमचा गळा धरीन हे लक्षात ठेवा.

आपला
गणेश शंकर

★

यांचाही खून झाला असता!

डाव्या कम्युनिस्टांचे बंगालमधील पुढारी ज्योती बसू पाटण्याला गेले असताना त्यांच्यावर गोळ्या झाडण्यात आल्या; पण सुदैवाने ते बचावले हे वृत्त सर्वांना ठाऊकच आहे. लोकशाही राज्यात बंदुकीला स्थान नाही हे तत्त्व सर्वांनाच मान्य असल्यामुळे कोणीही या घटनेचा निषेध करील यात शंकाच नाही, पण याच सुमारास अशाच स्वरूपाच्या आणखीही काही घटना घडल्या होत्या, इकडे कोणाचे लक्ष गेलेले दिसत नाही. अनेक मोठ्या माणसांवर असेच प्रसंग येऊन गेले. आम्हाला ज्या हकिकती समजल्या त्यांपैकी ठळक घटना पुढे दिल्या आहेत. त्यावरून देशात सर्वच क्षेत्रांत दहशतवादाचे लोण कसे पोहोचले आहे याची खात्री पटावयास हरकत नाही. या पहा त्या भीषण घटना!

देशभक्त मायाराम छायाराम जखमी

चोरगाव येथील प्रसिद्ध देशभक्त मायाराम छायाराम हे काल फार मोठ्या भीषण प्रसंगातून सुखरूप वाचले. काल येथील सार्वजनिक वाचनालयात त्यांचे गांधी जन्मशताब्दीनिमित्त भाषण ठरले होते. भाषणानंतर सर्व श्रोत्यांना चहा आणि बिस्किटे देण्यात येतील असे जाहीर झाले होते. त्यामुळे सभेस कधी नव्हे ती पन्नास-साठ श्रोत्यांची उपस्थिती होती. सभेस प्रारंभ होताच देशभक्त मायाराम बोलण्यासाठी उठून उभे राहिले. पहिल्या पाच मिनिटांत फक्त दहाबारा वेळाच त्यांनी बापूजींचे नाव घेतले असेल, तेवढ्यात बाहेरच्या बाजूने एक गोळी सणसणत आली आणि ती मायारामजींची इस्त्रीची पांढरी टोपी फाडून पलीकडे गेली. मायारामजी थोडक्यात बचावले. तथापि त्यांची गांधी टोपी मात्र पूर्णपणे छिन्नविच्छिन्न झाली.

या प्रकारामुळे सभेत खळबळ उडाली. खुनी इसम ताबडतोब फरारी झाला. त्याचा तपास करण्याचा प्रयत्न चालू आहे. येथील होमगार्डच्या लोकांनी काही गाढवे ट्रेंड केली आहेत. प्रत्येकाला लाथा झाडीत ती बरोबर खुनी माणसाला शोधून काढतात. मात्र तत्पूर्वी जखमी वा मयत इसमासही ते प्रथम लाथा हाणतात. तेथून वास घेऊन ही गाढवे आपल्या कामास सुरुवात करतात. कालच्या प्रकारानंतर

देशभक्त मायाराम यांना दोन गाढवांनी मागच्या पायांनी बदडून वास घेतला व शोध करण्यास प्रारंभ केला. गुन्हेगार लवकर हाती येईल असा विश्वास (गाढवांना) वाटत आहे.

या घटनेचे नेमके कारण कळले नसले तरी लोकांत त्यासंबंधी उलटसुलट खूपच चर्चा चालू आहे. काही लोकांचे म्हणणे असे आहे की, देशभक्त मायाराम यांनी अलीकडे भाषणे करण्याचा जो सपाटा चालविला आहे, त्याचा हा परिणाम असावा. गांधी जन्मशताब्दीनिमित्त गांधींना एक लक्ष व्याख्याने वाहण्याचा संकल्प मायारामजींनी सोडला होता आणि त्यामुळे गावात तंग वातावरण आधीच निर्माण झालेले होते. त्यातून मायारामजी इंडिकेटला जाऊन मिळाले व समाजवादाची भाषाही एकसारखी बोलू लागले. त्यामुळे तर फारच प्रक्षोभ निर्माण झाला होता. त्याचा हा परिपाक असावा असा तर्क आहे. कडक इस्त्रीची टोपी फाटल्यामुळे मायारामजींना त्या दिवशी एका मंत्र्याच्या मुलाखतीला जावयाचे होते, ते मात्र त्यांना शक्य झाले नाही.

समाजसेविका यमुनाबाई चोंबडे यांच्यावर गोळीबार

कटकटपूर येथे जिल्हा महिला संमेलन भरले असताना सुप्रसिद्ध समाजसेविका यमुनाबाई चोंबडे यांच्यावरील फार भयानक संकट टळले. यमुनादेवींना समाजकार्याचा व विशेषत: स्त्रियांच्या उन्नतीचा बराच नाद आहे हे सर्वांनाच ठाऊक आहे. या नादापायी त्यांनी प्रत्यक्ष पतीचीदेखील पर्वा केलेली नाही की, मुलाबाळांची काळजी बाळगलेली नाही. (सध्या त्यांचे यजमान अनाथ व पंगू गृहस्थाश्रम येथे असून मुले बालगुन्हेगार संगोपन केंद्रात उत्कृष्ट शिक्षण घेत आहेत.) कालच्या जिल्हा महिला अधिवेशनात त्या उद्घाटक होत्या. उद्घाटनाचे भाषण करताना त्या म्हणाल्या, ''भगिनींनो आणि भगिनींनो, तुम्ही पुढं या हा संदेश देण्यासाठीच मी इथं आलेली आहे. तुम्ही मागं राहू नका. नवऱ्याला घाबरू नका. तो कुरकुर करू लागला तर सरळ घराबाहेर पडा, पण स्वत:ची उन्नती करून घेतल्याशिवाय राहू नका. तुम्ही बाहेर पडलात की, तुमचा विकास झालाच म्हणून समजा... दोन किंवा तीन पुरेत हा सरकारी संदेश तुम्हाला ठाऊकच आहे. तो मुलांबाबत नसून नवऱ्याबाबत असावा, असे माझे म्हणणे आहे.''

त्यांचे हे भाषण चालू असतानाच प्रचंड आवाज झाला आणि एक गोळी वेगाने त्यांच्या नाजूक कानशिलाजवळून जोरात गेली. (त्यामुळे त्यांच्या डोक्यातील दोन-तीन आकडे तर जागच्या जागी उडालेच, पण त्यांच्या वेणीतील गंगावनही एकदम गळून पडले व त्या पूर्वीपेक्षा आधुनिक दिसू लागल्या. असो.) या गोष्टीमुळे मंडपात फारच खळबळ उडाली. गुन्हेगाराचा तपास जोराने करण्यात आला, पण कुणीही

अद्यापि तरी सापडलेले नाही. असा एक तर्क आहे की, हे काम बहुधा कुणा तरी पुरुषाचे असावे व तो संमेलनास आलेल्या एखाद्या स्त्री-प्रतिनिधीचा नवरा असावा. खुद्द यमुनादेवींचा तोच संशय असून, त्यांनी आपल्या नवऱ्याचेही नाव या संदर्भात सूचित केले आहे. या घटनेनंतर उद्‌घाटनाचे भाषण कसेतरी उरकून घेण्यात आले असले तरी एकूण संमेलनावर त्याचा कसलाही विपरीत परिणाम झालेला नाही. संमेलनाचे कामकाज सुरळीतपणे चालू आहे. फक्त उद्‌घाटक यमुनादेवी मात्र ताबडतोब विश्रांतीसाठी महाबळेश्वर येथे रवाना झाल्या असून, तेथे आपल्या गंगावनावर त्या उपचार घेत आहेत.

पानापानागणिक खून करणारे रहस्यकथा लेखक बचावले

सुप्रसिद्ध रहस्यकथालेखक खाबूराव दोडगे हे आपल्या घरी नवी रहस्यकथा लिहीत असताना काल रात्री अचानक बचावले. कुणीतरी अज्ञात इसमाने खिडकीतून गोळीबार केला असे त्यांचे म्हणणे आहे. सुदैवाने ही गोळी त्यांच्या उघड्या डोक्यालाच लागली व ठाणदिशी आपटून ती खिडकीवाटे परत बाहेर गेली. खाबूरावचे डोके पूर्णपणे दगडी बांधकामाचे असल्यामुळेच ते या संकटातून वाचले. दुसरीकडे कोठेही गोळी लागली असती तरी त्यांना कायमची इजा झाली असती व महाराष्ट्र रहस्यकथा लेखकाच्या लेखनाला मुकला असता.

याबाबतीत अधिक तपास केल्यावर आमच्या बातमीदाराला जो वृत्तांत समजला तो असा की, अलीकडे खाबूराव यांच्या कादंबऱ्यांत खुनाचे प्रमाण भलतेच वाढलेले होते. पूर्वी त्यांच्या कादंबरीत एकच खून होई व त्याचा कादंबरीभर तपास केला जाई. पुढे पुढे मात्र पुस्तकाची किंमत व खून या दोन्हीचे प्रमाण सारख्याच वेगाने वाढू लागले. दोनाचे चार, चाराचे सहा असे करता करता अलीकडे त्यांनी एका कादंबरीत दहा खून मोठ्या निर्घृण रीतीने पार पाडले. इतकेच नव्हे तर यापुढील कादंबरीत 'प्रत्येक पानावर स्वतंत्र खून' अशी जाहिरात केली. या जाहिरातीचा हा परिणाम असावा असे गावात बोलले जात आहे. इतके खून आजपर्यंत कधी पाडण्यात आले नव्हते असे गावातील वृद्ध मंडळी बोलत आहेत. कदाचित या खुनामुळे पिसाळलेला एखादा पिसाट वाचक हा या गोळीबाराच्या मागे असावा असाही एक तर्क आहे. या घटनेमुळे खाबूराव मात्र मुळीच डगमगले नसून आणखी चार-दोन भीषण खुनांच्या घटना प्रस्तुत कादंबरीत आपण कोंबणार असल्याचे त्यांनी जाहीर केले आहे. काय घडते पाहावे.

☆

बँक राष्ट्रीयीकरण- एक दुखवट्याची सभा!

आपल्याला माहीत आहे की, राष्ट्रीयीकरणाच्या लांब नाकाशी पुष्कळ दिवस सूत धरले होते. हे बाळ जगते का मरते अशी परिस्थिती निर्माण झाली होती. पुष्कळ खटापटी झाल्या. औषधोपचार झाले. अखेर सुप्रीम कोर्टाच्या हॉस्पिटलमध्ये त्याने प्राण सोडला! मुळात सात-आठ महिन्यांची, घाईगर्दीने झालेली पोरे जगत नाहीतच, पण श्रीमंताघरचे लाडके लेकरू! त्याला उपचाराला काय कमी असे लोकांना वाटून गेले, पण मृत्यूपुढे कुणाचे काही चालले आहे काय? एके दिवशी दहा डॉक्टरांच्या उपस्थितीत या पोराने डोळे पांढरे केले आणि ते पटकन मरून गेले. त्याच्या आईने मनातल्या मनात खूप आक्रोश केला, पण तशी ती मोठी धीराची बायको. तिचे सांत्वन करण्यासाठी गेलेल्या लोकांना तिने सांगितले, "हे पोर कसे मेले, का मेले, कोणते उपचार कमी पडले या प्रश्नाचा अभ्यास केल्याशिवाय मी रडू शकत नाही आणि कसलाही अभिप्राय व्यक्त करू इच्छित नाही."

देशात मात्र फार खळबळ उडाली. जिकडेतिकडे हरताळ पडला. लोक या अकाली मृत्यूबद्दल हळहळ व्यक्त करू लागले. आमच्या वैतागवाडीत तर एक दुकान उघडे नव्हते. (फक्त लोकांची अगदीच गैरसोय होऊ नये म्हणून दुकानाची एक फळी उघडून व्यवहार चालू होते. असो.) आमचे गाव जागृत आहे, एवढेच नव्हे तर इंडिकेटवादी काँग्रेसचा तो बालेकिल्ला का कायसासा आहे. त्यामुळे गावातले सगळे काँग्रेसवाले त्या दिवशी काळी फीत लावून हिंडत होते. संध्याकाळी याबाबत शोकसभा भरणार असल्याचेही जाहीर करण्यात आले होते. त्यामुळे तर गावातील सुतकी वातावरणात आणखीनच भर पडली होती.

संध्याकाळी आमच्या शाळेच्या मुख्य हॉलमध्ये ही शोकसभा भरली तेव्हा तोबा गर्दी लोटली होती. अध्यक्षस्थानी इंडिकेट काँग्रेसचे पुढारी देशभक्त खुशालरावजी टोणगे हे होते. त्यामुळे तर ही दुखवट्याची सभा आहे हे निराळे सांगण्याची गरज नव्हतीच. अध्यक्षांच्या खुर्चीशेजारी बँकांचे राष्ट्रीयीकरण केल्याचा वटहुकूम ज्या दिवशी वृत्तपत्रात प्रसिद्ध झाला तो अंक खुर्चीवर ठेवून त्याला पुष्पहार घालण्यात आला होता. जवळच दोन उदबत्त्या जळत ठेवल्या होत्या. गावातील सर्व साथी,

भाई व इतर देशभक्त नेहमीच्या सुतकी मुद्रेने आसपास बसले होते. त्यामुळे परिस्थितीचे गांभीर्य सर्वांच्याच ध्यानी येत होते. अशा गंभीर वातावरणात सभेस प्रारंभ झाला.

प्रारंभी अध्यक्ष खुशालराव यांनी मृत राष्ट्रीयीकरणास सद्गती मिळण्याचा ठराव मांडला व एकेकास श्रद्धांजली अर्पण करण्याची विनंती केली. त्या विनंतीनुसार पहिलेच वक्ते साथी रघू हे बोलण्यासाठी उठले. ते आपल्या भाषणात म्हणाले, ''मित्रहो, बँक राष्ट्रीयीकरणाचं नुकतंच देहावसान झालं ही गोष्ट आज सर्वांनाच समजली आहे. हा कायदा सुप्रीम कोर्टात गेल्यापासून आमच्या मनात नाही नाही त्या अभद्र कल्पना येऊन गेल्या. या पोराच्या जन्मापासून आमच्या मनात नव्या नव्या आशा उत्पन्न झाल्या होत्या. हे पोर पुढे मोठे होईल, काही कर्तृत्व गाजवील अशी फार मोठी उमेद वाटत होती, पण याच्या अकाली निधनाने आमच्या अपेक्षांवर पाणी पडले आहे. आमची स्वप्ने भंग पावली आहेत. आजचा दिवस हा देशातील एक काळाकुट्ट दिवस आहे–''

बोलता-बोलता साथी रघू यांना जोराची ढास लागली. बराच वेळ ते काही बोलेचनात. त्याचा फायदा घेऊन अध्यक्षांनी सांगितले की, साथी रघू यांना भावनावेगामुळे बोलणे अशक्य झाले आहे. त्यामुळे पुढील वक्त्याला मी भाषण करण्यासाठी हाक मारतो.

पुढचे वक्ते भाई तोताराम हे होते. ते डावखोरे असल्यामुळे डाव्या कम्युनिस्ट पार्टीचे सभासद असावेत असा बऱ्याच लोकांचा समज होता, पण आपण उजवे कम्युनिस्ट आहोत असे त्यांनी आपल्या भाषणात ठणकावून सांगितले. उजवी कम्युनिस्ट पार्टी, तिचे कार्य, गोरगरिबांची उपासमार, कामगारांचा लढा, भांडवलदारांचा कट या मुद्द्यांवर ते बराच वेळ बोलले. शेवटच्या एक-दोन मिनिटांत बँकेचे राष्ट्रीयीकरण खलास झाल्याबद्दल त्यांनी दुःख व्यक्त करून आपले भाषण संपविले. त्यांचे भाषण चालू असताना त्यांनी बरोबर आणलेल्या पार्टीतल्या काही माणसांनी चार-दोन वेळा टाळ्या वाजविल्या व एक-दोन 'नही नही, कभी नही' अशा घोषणाही केल्या. काही श्रोत्यांनी काय 'कभी नही' अशी पृच्छा केली तेव्हा बरीच बाचाबाची झाली व शेवटी त्या श्रोत्यांना सभागृहातून हाकलून देण्यात आले.

आत्तापर्यंतचे दोन्ही वक्ते हे नेहमीचे फर्डे वक्ते होते. त्यामुळे त्यांच्या भाषणाची लोकांना सवय होती. त्यानंतर गावातील एक प्रख्यात महिला कार्यकर्त्या गंगुताई घोरपडे या बोलण्यासाठी म्हणून उठल्या, तेव्हा मात्र लोकांनी आपणहून टाळ्या वाजविल्या, कारण गंगुताई या तळमळीच्या कार्यकर्त्या असल्यामुळे त्यांचे वक्तृत्व नेहमीच विनोदी होते. लोकांनाही ते फार आवडते. गंगुताई आपल्या भाषणात म्हणाल्या, ''भगिनींनो आणि बंधूंनो, आजचा प्रसंग फारच गंभीर आहे. बँक

राष्ट्रीयीकरणाचा मुडदा पडला असताना आपण हात जोडून स्वस्थ बसणे हे बरोबर नाही. दु:खाचे अश्रू पुसून आपण कर्तव्याच्या हाकेला ओ दिली पाहिजे. '' (या वाक्याला लोकांनी टाळ्या वाजविल्या. गंगुताईंचे अश्रू पुसण्यासाठी खुद्द अध्यक्ष उठून उभे राहिले, पण त्या थोड्या लांब उभ्या असल्यामुळे अध्यक्षांचा हात त्यांच्यापर्यंत पोहोचला नाही. त्यामुळे ते पुन्हा खाली बसले.)

गंगुताई पुढे म्हणाल्या, ''ही टाळी वाजविण्याची वेळ नाही (टाळ्या). मला इतिहासातील एक प्रसंग आठवतो. रायगडावर शेलारमामा मरून पडला, उदयभानू पळू लागला. तेव्हा तानाजी मोठ्या त्वेषानं उदयभानूला म्हणाल्या, 'भ्याडांनो, पळता कोठे? तुमचा बाप या ठिकाणी मरून पडला असताना आता पळून कोठे जातोस?' त्याबरोबर उदयभानू त्वेषानं मागे फिरला. त्याने मोठं जोराचं युद्ध केलं. तानाजी मरण पावला, पण पन्हाळा किल्ला जिंकला. आपणही हीच गोष्ट या प्रसंगी केली पाहिजे. (टाळ्या) बँकेचे राष्ट्रीयीकरण गेले तर गेले. बँका तर अजून गेल्या नाहीत ना? मग झाले तर! (हशा) कवी वसंत चावट यांच्या शब्दातच सांगायचे झाले तर मी असे म्हणेन, 'प्रत्येक बँके बने किल्ला' (टाळ्या) 'चौदा बँका गर्जत उठल्या' अशी नवी घोषणा आपण करू या! (टाळ्या)''

गंगुताई घोरपडे यांच्या या तळमळीच्या व कळकळीच्या भाषणामुळे वातावरण पुष्कळच मोकळे-मोकळे झाले. आजची संध्याकाळ काही अगदी वाया गेली नाही असे अनेकांना वाटले. एकच सुतकी मुद्रा बराच वेळ ठेवल्यामुळे पुष्कळांच्या तोंडाचे स्नायू अवघडल्यासारखे झाले होते. तेही थोडे ढिले झाले. त्यामुळे दुखवट्याच्या सभेला एकदम जिवंतपणा आला. त्यानंतर एक रिक्षा ड्रायव्हर बंडोबा ढेकणे यांचे भाषण झाले. त्यांनी एकच पण महत्त्वाचा मुद्दा मांडला. ते म्हणाले, ''बँक राष्ट्रीयीकरण जिवंत असताना आम्हाला रिक्षासाठी कर्ज मिळाले. सावकार मेल्यावर कर्ज परत करण्याची गरज नसते असा रिवाज आहे. तरी ज्यांनी ज्यांनी या काळात कर्जे घेतली असतील त्यांना त्यांना ते कर्ज बुडविण्याची सवलत सरकारने द्यावी, अशी माझी नम्र विनंती आहे. तरच मृतात्म्यास शांती मिळेल अशी माझी ठाम समजूत आहे.''

रिक्षा ड्रायव्हर बंडोबा यांच्या मार्मिक भाषणानंतर दिलबहार कटिंग सलूनचे चालक दादू तुकाराम बिनपाणीकर हे बोलले. (वास्तविक त्यांचे मूळचे आडनाव 'निपाणीकर', पण लोकांनी त्यांना 'बिनपाणीकर' हेच नाव बहाल केले होते आणि म्हणून आम्ही हेच आडनाव कायम ठेवले आहे.) श्री. बिनपाणीकर आपल्या धारदार भाषणात बोलले, ''राष्ट्रीयीकरण जिवंत असताना कटिंग सलूनला पैसे मिळतील असे आम्हाला सांगण्यात आले होते. आम्ही पैशाची मागणीही केली होती, पण तेवढ्यात ही दु:खद घडना घडली. आता आम्हाला पैसे कसे मिळणार? आपल्याकडे

कुणी मेले तर चौदा दिवस निरनिराळ्या वस्तू दानधर्म म्हणून देण्यात येतात. यापुढील चौदा दिवसांतही असाच दानधर्म करून आम्हाला सर्व साहित्य पुरविण्यात यावे, अशी आमची मागणी आहे. मृतात्म्यास शांती मिळावी यासाठी ह्या गोष्टी फार जरुरीच्या आहेत एवढेच मी सांगतो.''

सभेच्या शेवटी कवी इंदुसुत टेबलापाशी उभे राहिलेले दिसले तेव्हा सर्व श्रोत्यांच्या पोटात एकदम गोळा आला, कारण प्रत्येक सभेत इंदुसुतांची एक ताजी कविता झडतच असे. दुखवट्याच्या सभेत तर 'विलापिका' म्हणण्याबद्दल ते विशेष प्रसिद्ध होते. त्यांनी घसा खाकरून दुसऱ्याच्या रुमालाने डोळे पुसल्याबरोबरच निम्मी मंडळी पांगली, पण तिकडे दुर्लक्ष करून इंदुसुत म्हणाले, ''मित्रहो, पुराणातील अजविलाप, इतिहासातील गोपिकाबाईंचा पुत्रविलाप प्रसिद्धच आहेत. आज मी राजकारणातील 'इंदिरा-विलाप' ही हृदयभेदक कविता वाचून दाखविणार आहे. ती रडतरडत आपण ऐकावी अशी माझी नम्र विनंती आहे. ऐका गडे.''

इंदिरा-विलाप

(उत्तर प्रदेशातील राजकारण बोंबलल्यावर लगेच बँक राष्ट्रीयीकरणाचा मुडदा पडलेला पाहण्याचा प्रसंग कोसळल्यावर दुर्दैवी मातेच्या मनाची स्थिती अशीच झाली नसेल काय?)

हे कोण बोलले बोला ।
वटहुकूम अमुचा निजला ॥
'राबात'– नगाच्या शिखरी । इंडिकेट माती खाई ॥
ते हृदय लालभाईंचे । मी उगीच सांगत नाही॥
जे मैत्रीतही ओरडते। दुश्मनीत कैसे होई?
हे समाजवादी गाणे
गाणारे आम्ही शहाणे
सर्वांनी मिळुनी खाणे
हाय! मान्य ना कोर्टाला! वटहुकूम अमुचा निजला ॥१॥

इंदुसुतांचे पहिले कडवे संपायच्या सुमारास वटहुकुमाबरोबर श्रोतेही निजले आहेत हे अध्यक्षांच्या ध्यानी आले. त्यामुळे त्यांनी पुढची कडवी तेथेच रोखली. अजून नवी उपाययोजना चालू आहे तोपर्यंत हे काव्य म्हणणे बरोबर होणार नाही, असा मुद्दा काढून त्यानं इंदुसुतांचे तोंड बंद केले व याच मुद्द्यावर दुखवट्याचा ठरावही पुढील सभेपर्यंत लांबणीवर टाकून त्यांनी घाईघाईने सभा बरखास्त केली.

☆

मऱ्हाटी मने उचंबळून टाकणारी पंढरीची यात्रा

आषाढ महिन्याइतका धांदलीचा महिना पंढरपूरला दुसरा कुठलाच नसतो. प्रत्येक गावाचे वैशिष्ट्य असे काहीतरी ठरलेले असते. वैशाख आणि मार्गशीर्ष महिने जसे पुण्याचे तसा आषाढ महिना हा खास पंढरपूरचाच. उन्हाळा नुकताच संपून मृगाचा धुवांधार पाऊस एक-दोनदा पडून गेलेला असतो. अधूनमधून सारखी भुरभुर चालू असते. आसपास जरा कुठे हिरवेगार आढळू लागते आणि एकंदरीत सगळीकडे मोठी प्रसन्नता दाटलेली असते, पण ही प्रसन्नता पंढरपूरला एकंदरीत जास्त प्रमाणात आढळते. याचे कारण एकच- आषाढी यात्रा. लाखांच्या संख्येने विठूरायाच्या दर्शनासाठी लोटणारी, माणसांचा समुद्र निर्माण करणारी, क्षेत्रोपाध्यापासून भिकारी-महारोगी यांच्यापर्यंत सगळ्यांना सारखीच संतुष्ट करणारी आणि सबंध वर्षाची पोटापाण्याची चिंता मिटवणारी ही 'सुजला-सुफला' आषाढी वारी!

ज्येष्ठ महिन्याचा कृष्ण पक्ष उजाडला की, पंढरपूरचे दर्शनी स्वरूप हळूहळू बदलू लागते. एरवी पंढरपूर गाव हे अगदी दृष्ट लागण्यासारखे नमुनेदार आहे. शांत, निवांत वातावरण. मंडळी सगळीकडे चकाट्या पिटीत बसलेली. कसलीही घाई किंवा गडबड कुठेही चुकून नाही. धांदल हा प्रकारच पंढरपूरकरांच्या रक्तात नाही. दुकानदार सावकाश आठ-नऊच्या पुढे दुकान उघडतात. तेही अंगाला आळोखेपिळोखे देतच आणि गिऱ्हाईकही तोंडाने आळस देत येते ते दहाच्या पुढे. सरकारी नोकरही जेवण स्वस्थपणाने आटोपून डुलत-डुलत अकरा वाजेपर्यंत कसाबसा आपल्या ठिकाणी पोहोचतो आणि त्याचा साहेब बारा-एकपर्यंत एक डुलकी घेऊनच दाखल होतो. नोकरपेशाच्या माणसांची ही स्थिती, मग सुखवस्तू आणि घरंदाज कुळांची कळा काय वर्णावी? 'प्रशांत महासागर' म्हणजे काय, हे नुसता भूगोल वाचून बाहेरच्या विद्यार्थ्यांना कळले नाही, तर त्यांनी रेल्वेच्या कन्सेशनमध्ये पंढरपूरला दोन दिवस येऊन गाव खुशाल बघून जावे. ताबडतोब प्रत्यय येईल. इथे माणसे मरताना देखील धांदल न करता निवांतपणे, सवडीने मरतात, असा गावचा लौकिक आहे.

उन्हे अंगावर येईपर्यंत कुंभकर्णासारखे घोरत पडलेले हे गाव ज्येष्ठ महिन्याच्या उत्तरार्धात मात्र हळूहळू हलू लागते. हवा हलू लागली म्हणजे तिला वारा असे

म्हणतात, त्याचप्रमाणे गाव हलू लागले म्हणजे तिला यात्रा असे म्हणतात, अशी व्याख्या पंढरपूरवरून रूढ करायला काही हरकत नाही. आषाढी वारी जवळ आली, एवढी जाणीव मस्तकापर्यंत जाऊन पोहोचल्यावर सगळीकडे चैतन्य निर्माण होते. क्षेत्रोपाध्ये, बडवे, उत्पात इत्यादी मंडळी पिशवीभर चुनखडी आणून केरसुणीने घरे पांढरी करायला प्रारंभ करतात. (घरातले फक्त उखळ तेवढे रंगवायचे राहत असेल; ते वारी संपल्यावर पांढरे होतेच!) दुकानदार मंडळी दुकाने झटकू लागतात. शिल्लक असलेला माल घासायला-पुसायला सुरुवात होते. या दिवसांत तांब्या-भांड्याचे दुकानदार पाहावेत, एखाद्या सुगृहिणीप्रमाणे राख, लिंबू, चिंच घेऊन भांडी घाशीत मंडळी फळ्यांवरून बसलेली आढळतात. दुकानात माल कमी आहे ही गोष्ट या वेळी ध्यानात येऊ लागते आणि मग खरेदीसाठी मुंबई-पुण्याच्या वाऱ्या सुरू होतात. पोस्टाने, रेल्वेने, मोटारने समक्ष असे मालाचे ढीगच्या ढीग येऊन पडू लागतात. दुकान गच्च भरून जाते. मांडणी, आरास हा प्रकार दुकानदारीला आवश्यक असल्याची जाणीव होऊ लागते आणि जिकडेतिकडे लखलखाट दिसू लागतो. दिवस-रात्र माणसे कामात गुंतलेली आढळतात. रात्ररात्र जागून अंगडी, टोपडी, झबली शिवली जातात. भांडी घासली जातात. घोंगडी झटकली जातात आणि नवे तंबोरे, तबले, मृदंग यांचे आवाज कान किटेस्तोवर ऐकू येतात. कुंकू-बुक्क्यांची पोती आणि चुरमुरे-बत्तासे यांच्या कारखान्यांना युद्धकाळातल्या फॅक्टरींची गती प्राप्त होते. थोडक्यात सांगायचे म्हणजे, पुंडलिकाच्या कृपाप्रसादाने विटेवर उभ्या राहिलेल्या 'सुंदर ते ध्यान' अशा विठोबाचे श्रीक्षेत्र पंढरपूर गाढ निद्रेतून जागे होते आणि प्रभातकाळच्या पाखराप्रमाणे कुलकुल-कुलकुल आवाज करू लागते.

पण पंढरपूरला काय चालले आहे याची बाहेरच्या भक्तमंडळींना दादही नसते. पंढरपूरकरांचे पोट भरण्याची जबाबदारी आपल्यावर आहे याची त्यांना कल्पना नसते. पंढरीनाथाच्या समचरणावर आपले डोके टेकवण्यासाठी आणि ज्या केशवासी नामदेवाने भावे ओवाळले त्या केशवाचे रुपडे डोळे भरून पाहण्यासाठी त्यांची ओढ असते. आषाढ महिना लागला की, त्यांची पाण्याबाहेर काढलेल्या माशासारखी तडफड-तडफड होऊ लागते. घरावर, देवळावर उभी केलेली पताका बघून त्याला वारंवार गहिवरल्यासारखे होते. गळ्यातल्या तुळशीच्या माळेकडे सारखा हात जाऊ लागतो आणि पंढरपूरचे अर्धचंद्राकार नदीचे संथ पात्र आणि विठोबाचे शिखर सारखे समोर दिसू लागते. दरवर्षीचा नेम यंदा चुकणार तर नाही ना, अशी भीती मनात साठत राहते. नाना प्रकारचे व्याप पाठीमागे असतातच. जमिनीला वाफसा येऊन पेरण्या खोळंबलेल्या असतात. बायको अंथरुणावर निजून असते. पोराला कोर्टाच्या तारखा असतात आणि सुनेला नेहमीप्रमाणे दिवस गेलेले असतात. या सगळ्या अवघड प्रपंचातून बाहेर निसटणे हे एक कोडेच असते, पण ते दरवर्षीचे असते

आणि त्यातून बाहेर पडण्याचा त्याचा निर्धार अभंग असतो. पहिल्यापहिल्यांदा त्याचे मन द्विधा होतेही; पण अमका गेला, तमका निघाला, अमुक दिंडी पुढे गेली, अशा बातम्या रोज कानावर येऊन आदळू लागतात. मग एक दिवस तो जिवाचा धडा करतो आणि बरोबरीच्या चार-चौघांसमवेत निघतोच. थांबत नाही. घरात अडचण नसली आणि गुदस्ता रानाला उतार चांगला पडलेला असला तर मग पोरेठोरे, बाया-माणसे, सगळा बारदाना घेऊनच गडी निघतो. वऱ्हाड, खानदेश, मोगलाई, कोकण, कर्नाटक सगळीकडून भरभरून गाड्या वाहू लागतात आणि जसजसा आषाढ महिना पुढे जाईल तसतसा माणसांचा हा समुद्र अधिकच उचंबळत राहतो. रस्ते मोटारी, गाड्यांनी दुथडी भरून वाहू लागतात आणि अखेरीस शहर पंढरपूर अष्टमी-नवमीलाच असंख्य माणसांनी गजबजून जाते.

भक्तजनांची अशी तारांबळ उडालेली असतानाच इकडे आळंदी-देहूहून ज्ञानोबा-तुकारामांच्या पालख्या पुण्याला येऊन दाखल झालेल्या असतात. एकादशीला हा सोहळा पुण्याहून हलतो आणि दिवाघाट, सासवड या मार्गाने पंढरपूरकडे मार्गस्थ होतो. पुढे दोन वाटा फुटतात. ज्ञानोबांची पालखी एका मार्गाने जाते आणि तुकोबाची पालखी दुसऱ्या मार्गाने निघते, पण या दोन्ही संतांच्या पालख्या म्हणजे आषाढी यात्रेचे मोठे वैभव असते. गावोगावचा निवडक, निष्ठावान वारकरी तेव्हा या पालख्यांच्या पताकांखाली गोळा झालेला असतो. पायी चालत पंढरीला जायचे; रेल्वेने वा मोटारीने आरामात जाणे म्हणजे खरी यात्रा नव्हेच, अशी त्यांची पक्की समजूत असते, म्हणून लांबून-लांबून लोक पायी चालण्यासाठी आळंदी-देहूला येतात. ज्ञानोबा-तुकोबांचा जयघोष करीत, जोरजोराने टाळ वाजवीत, पताका नाचवीत आणि स्वत: नाचत पंढरपूरची वाट धरायची, असा मानस धरूनच ते आलेले असतात. रात्री कुठल्या तरी गावी मुक्काम करावा आणि दिवसभर हरिनामाचा आठव करीत पंढरपूरच्या दिशेने झपाट्याने जावे, हा त्यांचा नित्यक्रमच. जेवणाखाणाची व्यवस्था कुणी केलेली नसते, कारण गावोगाव मंडळी आपली वाट पाहत थांबलेली आहेत हे त्यांना माहीत असते. मुक्कामाचा गाव आला की, गावातले नेमाचे वारकरी हातात पताका तोलीत आणि तोंडाने देवाचा जयघोष करीत त्यांच्यात सामील होतात आणि त्याचबरोबर आत्तापर्यंत पालखीबरोबर आलेल्या मंडळींपैकी गरज असेल त्यांना त्यांना सगळे गाव जेवायला नेते. पालखीच्या वेळी पन्नास वारकरी जेवू घालायचे, पंचवीस घालायचे, दहा घालायचे असा गावात वर्षानुवर्षे चालत आलेला रिवाजच असतो. काही गावांतून तर मुक्तदार असलेला भंडाराच होतो. सबंध गावाच्या वतीने जेवण. लागेल तेवढे आणि लागेल तितक्यांना. कुठे लाडू, कुठे खीर-पोळी, तर कुठे साधासुधा झुणका-भाकरीचा बेत, पण उपाशी कुणी राहत नाही, एवढे खरे. पायी चालत आपल्या दर्शनाला येणाऱ्या भक्ताची सोय व्हावी

म्हणून पंढरीनाथाने आपल्या कृपेचे छत्र सतत त्यांच्यावर धरलेले दिसते!

मुक्काम जसजसा जवळ येत जातो तसतशी मंडळींची संख्या सहस्रासहस्रांनी वाढत जाते. गावोगावच्या दिंड्या वाटेवर भजन करीत पालख्यांची आतुरतेने वाट पाहत असतात. आत्ता येईल, मग येईल, पालख्यांना आज का बरे उशीर झाला?– अशा कुजबुजी सुरू होतात. तोंडाने भजन चाललेलेच असते. हाताने टाळ वाजत असतात. पाय नाचत असतात. पताका डुलत असते, परंतु अंतरीची ओढ सगळी पालख्यांकडे लागलेली असते, पण त्यांना फार वेळ तिष्ठावे लागत नाही. लांबून शिंग-तुताऱ्यांचा आवाज ऐकू येतो. ज्ञानोबांचा अबलख घोडा मोठ्या ऐटीने तालात पावले टाकीत पुढे येत असलेला दिसतो. 'बन बांबूंचे भगवे' लांबूनच डोळ्यांना जाणवू लागते आणि ग्यानबातुकारामांचा जयघोष कानावर पडून कान तृप्त होऊन जातात. डोळ्यांचे पारणे फिटते. सबंध अंगावर रोमांच उभे राहतात आणि मग तितक्याच उत्साहाने 'ग्यानबा तुकाराम' हा जयघोष टाळांच्या आणि मृदंगाच्या तालावर घुमवीत ही दिंडी धावत तिकडे सामोरी जाते आणि अखेरीला त्या प्रचंड लोंढ्यात बघताबघता विलीन होऊन जाते.

हा प्रकार गावोगाव. पालख्या आल्या रे आल्या की, सबंध गाव दर्शनाला लोटतो. ज्ञानोबा-तुकारामाच्या पायावर लहान लेकरे ठेवण्यासाठी लेकुरवाळ्यांची एकच घाई होते आणि पंढरीनाथाच्या भेटीला जाता येत नाही म्हणून म्हातारेकोतारे गहिवरून स्फुंदत पादुकांना मिठी मारून त्या ओल्या करतात!

उगमापासून निघालेली नदी वाटेतले ओढे, नाले, नद्या, गटारे, नागझऱ्या सगळ्यांनाच आपल्या पोटात घेत आणि मोठी होत होत, आपले पात्र रुंदावत शेवटी समुद्रात विलीन होऊन जाते. देहू-आळंदीहून निघालेल्या या पालख्याही अशाच ठिकठिकाणी दिंड्या बरोबर घेत; हौसे, गवसे, नवसे यांना सामावून घेत अखेर वाखरीजवळ येऊन पोहोचतात. तेव्हा खरोखर डोळ्यांना माणसांचा समुद्र दिसू लागतो. तोपर्यंत म्हणजे आषाढ शुद्ध नवमीला ठिकठिकाणची संतमंडळी पंढरपूरच्या अलीकडच्या या शेवटच्या मुक्कामाला-वाखरीला येऊन बरोबर त्याच वेळी दाखल होतात. सासवडहून सोपानदेव येतात. नाशिक भागाकडून निवृत्तिनाथ येतात. मोगलाईकडून मुक्ताबाई येते. मंगळवेढ्याहून रामदासस्वामी येतात आणि खुद्द पंढरपूरहून देवाच्या लाडक्या नामदेवाची पालखी या संतांच्या मेळ्यांना आलिंगण्यासाठी येते. हे सगळे ठळक संत, पण बाकीचेही बारीकसारीक संत आपल्या आपल्या गावाहून मिरवीत मिरवीत शे-दोनशे पताका बरोबर वागवीत वाखरी मुक्कामी डेरेदाखल होतात.

दशमीचा सबंध दिवस मुक्काम करून वाखरीहून दुपारी सगळ्या पालख्या एकदम पंढरपूरकडे निघतात. सगळ्यांत शेवटी तुकोबा आणि ज्ञानोबा यांची पालखी

हलते. पालखीतल्या दिंड्या आता थकलेल्या असतात. पंधरा दिवसांची वाटचाल अंगाला शिणवटा आणीत असते. जयघोषाने तोंडे दुखून दुखून बसतात, पण पंढरपूर आता जवळच आले, विठोबाच्या देवळाचा कळस दुरून चकाकताना दिसू लागला, हे पाहिल्यावर त्यांना पुन्हा बळ येते आणि पूर्वीपेक्षा प्रचंड जयघोष करीत, मृदंग-टाळांनी वातावरण कोंदून टाकीत, भगव्या पताकांचा हा डोळे स्तिमित करणारा दर्या पंढरपूरच्या दिशेने भरती आल्यासारखा सारखा उचंबळत राहतो. हा अनुपम सोहळा पाहण्यासाठी निम्मे गाव त्या दिवशी वाखरी रस्त्याला लोटते आणि संतांना सामोरे जाते.

आधीच पंढरपूर गाव माणसांनी तुफान गजबजून गेलेले असते. पालख्या आल्यानंतर या अलोट गर्दीत आणखी एक लाखाची तरी भर पडत असावी. पंचेचाळीस हजार वस्ती असलेले हे गाव तीन-चार लाख लोकांना तरी तेवढ्या आठ दिवसांत पोटाशी धरते. एरवी निर्मनुष्य आणि भकास वाटणारे जुने टोलेजंग वाडे, धर्मशाळा, मठ माणसांनी गजबजून जातात आणि अखेरीला फुटाफुटाने आणि इंचाइंचाने जागा मोजून भाड्याने द्यायची वेळ येते. आषाढ महिना असल्यामुळे वाळवंट बहुधा पाण्याने भरलेले असते. भक्तांची ही दाटी पाहून चंद्रभागेलाही मनातून भरते येते की काय कोण जाणे! पण यात्रेच्या वेळी नेमकी ती आपले दोन्ही बाहू पसरून धावत घाटापर्यंत येते आणि तसल्या दाटीवाटीत लोकांना गढूळ पाण्याने स्नान करण्याचे पुण्य प्राप्त करून घ्यावे लागते.

पंढरपूरला खरा उत्सवाचा दिवस एकादशीचा. त्या दिवशी तर पंढरपूर म्हणजे केवळ चैतन्याचा गाभा. जिकडे पाहू तिकडे यात्रा यात्रा यात्रा! रस्त्यातून तर इतकी खेचाखेची चाललेली असते, की अक्षरश: दहा पावले चालायला दहा मिनिटे तरी लागतात. रस्त्याच्या या बाजूपासून त्या बाजूपर्यंत इतकी दाटी सतत असते की, माळवदावरून खाली उतरून माणसांच्या डोक्यावर पाय देत भरभर त्या बाजूला कुणी पळत गेले तरी सहज जमेल. कुठेही तोंडघशी पडायची भीती नाही. या गर्दीत चुकामुकी फार होतात. म्हणून पदराला पदर, गाठीला गाठ बांधून आंधळ्यांच्या माळेप्रमाणे गावकरी मंडळींची कुटुंबेच्या कुटुंबे चाललेली दिसतात. अधूनमधून पावसाची भुरभुर चालू असते, पण गर्दी कुठे विरळ होत नाही. चिकचिक झालेल्या प्रदक्षिणेच्या रस्त्यावरून देवाला प्रदक्षिणा घालण्याचे काम निष्ठेने चाललेले असते. एकादशीला सगळ्या पालख्याही देवाला प्रदक्षिणा घालतात. त्यांचे दर्शन घ्यायला झुंबड उडते. दिंड्या आणि भजनी ताफे यांचा जल्लोष तर दिवसभर चालूच असतो. शिंगा-तुताऱ्यांचे आवाज, टाळमृदंगाचे नाद आणि हरिनामाचा गजर याखेरीज काहीच ऐकू येत नाही. खरेच ऐकू येत नाही, कारण हा आवाज इतक्या प्रचंड प्रमाणावर निघत असतो की, कानात ओरडून सांगितले तरच काही दुसरे ऐकू येते.

या दिवशी तरी पंढरपूरचा व्यवहार सगळा हाताच्या खुणांनी चालतो.

नदीवरचे स्नान, प्रदक्षिणा, विठोबाचे दर्शन, दिंड्यांतले भजन आणि कोठे कोठे चालू असलेले कीर्तन एवढेच एकादशीच्या दिवशी खरे. बाकीच्या गोष्टी निदान तेवढ्या दिवसापुरत्या तरी खोट्या. तिथे एक दिवस तरी तुम्हाला जगात याच गोष्टीचे फक्त अस्तित्व खरे वाटेल!

श्रीविठ्ठलाचे दर्शन हा कार्यक्रम मुळातच महत्त्वाचा, पण पूर्वी तो खरोखरीच महत्त्वाचा असे, कारण दिवसदिवस जरी वारीला बसले तरी विठोबाचे दर्शन होईलच अशी खात्री नसे. सकाळी आठ-नऊ वाजता पुरुषांच्या बारीत जाऊन बसल्यानंतर संध्याकाळी पाच वाजेपर्यंत जरी दर्शन झाले तरी 'तेचि पुरुष भाग्याचे' असे पूर्वी मानले जाई. याचे कारण एवढेच की, गर्दी भयंकर आणि त्या मानाने व्यवस्था अगदी तोकडी. संध्याकाळपर्यंत माणसे ताटकळत बसवून ठेवून शेवटी त्यांना देवळात न सोडता तसेच बाहेर पिटाळून लावल्याचे प्रकार पूर्वी अनेकदा घडले. अशा वेळी शेकडो कोसांवरून आलेल्या या बिचाऱ्या लोकांच्या भक्तिभावाचा कसा चुराडा होऊन जात असेल त्याची कल्पनाच करवत नाही, पण पूर्वी असे घडत असे. अशा वेळी उपाय एकच. बडवे, उत्पात, पोलीस यांचा वशिला लावून देवळात शिरणे. बडवे हे विठोबाचे परंपरागत पुजारी असल्यामुळे देऊळ रात्री त्यांच्या ताब्यात येते. अर्थात पोलीस बंदोबस्त असतोच, पण त्यावेळी आपली माणसे आत सोडण्याचा त्यांना परवाना असतो, इतकेच. पाळीपाळीने प्रत्येकाने आपली माणसे आत सोडायची. अर्थात त्यांच्या लॉजिंग अँड बोर्डिंगच्या जमाखर्चात हाही प्रकार जमेला धरला जातो व त्याची पुरेपूर वसुली होते. बाहेरची माणसे आत जाऊ इच्छितच असली, तर रुपया-दोन रुपये (जसा भाव पडेल त्याप्रमाणे) माणशी रक्कम घेऊन त्यांना आत सोडण्यात येते. अशा रीतीने एका रात्रीत शेकडो रुपयांची कमाई एकेकट्याला होते.

पण इतकेही करून आत प्रवेश मिळाला तरी विठोबाचे दर्शन होणे ही गोष्ट दुर्लभच, कारण आतही तोबा गर्दी थांबून राहिलेली असते आणि विशेष वशिल्याचे लोक आडबाजूने सतत येत-जात असतात. तास-दीड तासाने विठोबाच्या गाभाऱ्यापर्यंत प्रवेश होतो. त्यावेळी आतल्या उकाड्याने आपले सर्वांग घामाने चिंब झालेले असते आणि जीव घाबरा झालेला असतो. कधी एकदा विठोबाच्या चरणावर डोके टेकवतो आणि बाहेर पडतो, अशी आपली स्थिती झालेली असते. ही स्थिती जणू ओळखूनच, त्या संकटातून आपली सुटका करण्यासाठी, हातात कापडी तोबरे घेऊन देवळातले पट्टेवाले गाभाऱ्याजवळ आत आडव्या दांडीपाशी उभे असतात. आपण त्या समचरणावर डोके ठेवतो आहोत तोच मांजरीच्या पिल्लाप्रमाणे आपली मानगूट धरून चला, चला, चला करीत आपल्याला खस्दिशी मागे ओढण्यात येते. हां हूं करीत बावरून

आपण इकडेतिकडे पाहतो आहोत तोपर्यंत आपण गाभाऱ्याबाहेरही आलेलो असतो आणि हा सगळा प्रकार इतक्या द्रुत गतीने घडून येतो की, 'मकरकुंडले तळपती श्रवणी' अशी विठोबाची मूर्ती आपण नक्की पाहिली की नाही असा संशय पुढे बरेच दिवस आपल्याला चुटपुटता येत राहतो. ऐन पहाटेस सरकारी अधिकाऱ्यांमार्फत जी सरकारी पूजा होते त्यावेळीच आत घुसलेल्या लोकांना जे काही दर्शन होत असेल तेच खरे! बाकीच्यांना दर्शन होते ते हे असे.

हा सगळा प्रकार पौर्णिमा होईपर्यंत कमी-अधिक प्रमाणात चाललेला असतो. या काळात पंढरपूर म्हणजे उद्योगाचे माहेर बनते. 'आराम हराम है' हे ब्रीद या आठ-पंधरा दिवसांपुरते तरी पटल्यासारखे दिसते. चोवीस तास सतत व्यवहार चालू राहतो. सांगितले तर आश्चर्य वाटेल, पण खरोखरच यजमानकृत्य करणारी पंढरपूरकर पंडेमंडळी या आठ दिवसांत रात्रीची सुद्धा झोपत नाहीत. दिवसरात्र ते येणाऱ्या आणि आलेल्या मंडळींच्या व्यवस्थेत चूर झालेले असतात आणि झोपायचे म्हटले तरी ते झोपू शकत नाहीत, कारण झोपायला आवश्यक असणारी चार-पाच फूट लांबीची जागाही त्यांच्या घरात उरलेली नसते. आलेल्या लोकांना उतरायला जागा देणे, त्यांना जेवू घालणे आणि देवदर्शन घडवणे, इतकी त्यांची जबाबदारी असते. ती इतकी मोठी असते की, या जबाबदारीतून त्यांना पंधरा दिवस तरी मोकळे होता येत नाही आणि जेव्हा ते मोकळे होतात तेव्हा त्यांच्या कमरेचे टाके ढिलेच झालेले असतात. इतके की पुढची कार्तिकी वारी आठ-पंधरा दिवसांवर येईपर्यंत परमेश्वराप्रमाणेच सर्वजण महानिद्रेत मग्न होऊन राहतात. पुढे सबंध चतुर्मासभर सगळे गाव झोपाळू डोळ्यांनी वावरत असते!

यजमानकृत्ये करणाऱ्यांचा हा दणका चालू असतो तेव्हा दुकानदारांनाही रात्रंदिवस सुचत नसते. या काळात शॉपॲक्ट बंदच, कारण गिऱ्हाईक केव्हाही आणि कुठेही येते. रात्री अकरा-बारा, फार काय एक-दोन वाजले तरीसुद्धा काही काही ठिकाणी सौदे चालूच असतात. फार काय सांगावे, सिनेमाचादेखील पूर्वी अकरा-बाराच्या पुढे किमान एखादा खेळ होत असे. आताशा काय स्थिती आहे, विठोबा जाणे!

कुंकू-बुक्का, डाळे-चुरमुरे-बत्तासे, तुळशीच्या माळा, गोपीचंदन, सहाणखोड, विठोबा-रखुमाईचे फोटो आणि दगड मूर्ती, हरिपाठ, नामदेवाचे लग्न, साखऱ्यांची ज्ञानेश्वरी- असली पुस्तके, टाळ, तबले, मृदंग या आणि अशा प्रकारच्या वस्तू यांची खरेदी-विक्री या काळात बेसुमार होते. क्षेत्राच्या गावाहून काहीतरी प्रसाद आपल्या गावाला न्यायचा ही भावना त्याच्या पाठीमागे प्रबळ. बाकी मग इतर धंदे जोरात चाललेले असतातच. हॉटेल दणकून चालतात. भांडीकुंडी विकली जातात. जिवाला लावून-लावून कापडचोपड घेतले जाते. एकंदरीत कुठल्याही जत्रेचे बाकीचे बारकावे

इथेही आढळतात आणि आढळणारच! पण या व्यवहारामुळे गावचे लोक बहुभाषिक आहेत (कॉस्मॉपॉलिटन मात्र नव्हे!) मराठी भाषा बोलणारेच, पण नाना मुलखांतले लोक येत असल्यामुळे भाषेच्या सगळ्या छटा इथे दुकानदाराला माहीत असतात. अमके गिऱ्हाईक वऱ्हाडकडचे आहे हे ओळखण्यात विशेष बहादुरी नाही, पण हा पावणा अकोला-बुलढाण जिल्ह्यातला, का नागपूर-भंडाऱ्याकडचा, उस्मानाबादचा का बीडकडचा, हा तर्क इथे सांगितला जातो आणि तो बहुधा बरोबर असतो.

एकादशीचा दिवस ओसरला म्हणजे पंढरपूरकडे वाहणारी गर्दी एकदम संपते. त्या दिवशी संध्याकाळीच देखावा बदलतो आणि गर्दी उलटून वाहू लागते. भरती संपते आणि ओहोटीला सुरुवात होते. स्नान-प्रदक्षिणा, भजन-कीर्तन, याविषयींचा भक्तिभाव थोडासा ओसरतो आणि हळूहळू व्यवहार जागा होतो. अगदीच निष्ठावान मंडळी असतात तेवढी राहतात. बाकीचे सगळे हलू लागतात. घरी नाना प्रकारची कामे अडून राहिली आहेत, खोळंबा झालेला आहे, याची आठवण वारंवार होऊ लागते आणि मग परतीची यात्रा सुरू होते. कुणी बारस सोडून निघतो. कुणी त्रयोदशीला, तर कुणी पौर्णिमेला गोपाळकाला झाल्यावर. अगदी हौसे-गवसे असतात ते मात्र हिंडत असतात. ते जादूचे खेळ बघतात, जुळ्या बहिणी मोठ्या कौतुकाने अवलोकतात. मोटारसायकलच्या गोलातल्या फेऱ्या पाहून तोंडात बोटे घालतात. 'सा आन्यात फोटु' काढतात आणि एकंदरीत चैनचमन करतात. गयाबाई, सीताबाई, सावित्रीबाई इत्यादी 'चारीधाम' यात्रा करून आलेल्या संतमंडळींची लाऊडस्पीकरवरून गाजणारी जाहिरातछाप कीर्तने आणि प्रवचनेही मोठ्या चवीने ऐकतात. चार-आठ दिवस हे सगळे कार्यक्रम मोठ्या धडाक्याने चालतात आणि सगळ्यांनाच (संत मंडळींनासुद्धा) बऱ्यापैकी प्राप्ती होते.

पौर्णिमा झाली म्हणजे खरा निष्ठावान वारकरी हलतो. 'गोपाळकाला गोड झाला, गोपाळांनी गोड केला' असे म्हणत म्हणत तो पडशी बांधू लागतो. आता चालत जायचे नाही. गाडीने, मोटारीने, मिळेल त्या वाहनाने. अगदीच दरिद्री असले तर पुन्हा बापडे निघाले चालत. पालख्याही परत निघतात, पण आता ते वैभव नसते, थाट नसतो, डामडौल नसतो. अंगावर रोमांच उभा करणारे, मन धुंद करणारे जयघोष नसतात. पताकांचे बन नसते. टाळकऱ्यांचा, दिंड्यांचा ताफा नसतो. काहीच नसते. आता सगळे संपलेले असते. पालखीवाले दहावीस लोक तेवढे ठायीठायी उरलेले असतात. ते पालखीही उचलतात आणि परत मुक्कामाकडे चालू लागतात. लगबगीने, पण शांतपणे जाताना कोणाला त्यांची दादही नसते.

...अशी ही यात्रा एके दिवशी संपते. रस्ते हळूहळू पुन्हा निर्मनुष्य होऊ लागतात आणि पंढरपूरकरांनाच सबंध आठ-दहा दिवसांनंतर पुन्हा एकदा एकमेकांची तोंडे दिसू लागतात. मग सुखदुःखाच्या गोष्टी होतात. मला काय मिळाले, तुम्हाला

कितपत वारी फायदेशीर गेली, यंदा एकंदर पैशाचा किती खळबळा झाला, याची ठिकठिकाणी आकडेमोड होते. बोटे मोडून हिशेब केले जातात. फायदे-तोटे यांचे कलम काढले जाते आणि एकंदरीत यंदा जत्रा पुष्कळ आली, पण गावात फारशी रमली नाही, असा निष्कर्ष काढला जातो. या यात्रेवर पुष्कळ देणीघेणी अवलंबून असतात. आता घेणेकऱ्याचे देणेकऱ्यांकडे तगादे सुरू होतात. माणसे एकमेकांकडे खेटे घालू लागतात आणि म्युनिसिपालिटीची सहासहा महिने तुंबलेली बिले घेऊन वसुलीसाठी घरोघर तिचे कारकून येतात. मग हळूहळू सगळे संपते. हा उत्साह, हे चैतन्य, ही आपली प्रकृती नव्हे, हे पंढरपूरकरांच्या लक्षात येऊ लागते. हळूहळू व्यवहार थंडावतात. मंडळी झोपू लागतात. फळ्यांवरून चकाट्या पिटीत बसू लागतात. दुकाने सावकाश, लहरीप्रमाणे उघडली जाऊ लागतात आणि हळूहळू हे नमुनेदार गाव पुन्हा एकदा मोठ्ठी जांभई आणि आळस देऊन सुरेख झोपी जाते.

★

राजकीय स्वयंपाकघरातील नवे रुचकर पदार्थ

हल्ली बायका गृहिणी वगैरे बनू लागल्या आहेत. पूर्वी तसे नव्हते. तेव्हा स्त्रिया गृहिणी असत. आता लग्न झाल्यानंतर का होईना, पण त्या ही पदवी घेण्यासाठी धडपडतात ही आनंदाची गोष्ट आहे. नवरा हापिसातून परत आल्यानंतर त्याला चहापूर्वी एखादा नवा पदार्थ खाऊ घालणे ही गोष्ट तितकीशी काही वाईट नाही, हे आता अनुभवाने पटू लागले आहे. अशा महिलांच्या सोयीसाठी मासिकातून, वर्तमानपत्रांच्या साप्ताहिक आवृत्त्यांतून 'आठवड्याचा ताजा पदार्थ' प्रसिद्ध होत असतो. बायका त्या करीत असतात काय आणि त्यांचे नवरे तो पदार्थ खातात काय हे अद्याप समजलेले नाही, पण सुगरण महिला दर आठवड्याला नवा पदार्थ शोधून काढतात आणि तो छापायला देतात, ही कौतुकाची गोष्ट आहे.

आपल्या हिंदुस्थानच्या राजकारणातही अनेक राजकीय महिला असे नित्य नवे पदार्थ करीत असतात. सुगरण पुढाऱ्यांच्या माहितीसाठी काही विशेष खमंग पदार्थांची माहिती खाली दिली आहे.

स्वत:च्या पक्षाचा चिवडा

आपला पक्ष घ्यावा, त्यातील कार्यकर्त्यांत बौद्धिक मारामारी घडवून आणावी. दोन्ही बाजूस चारदोन-चारदोन कार्यकर्ते असले तरी पुरे. सोयीसाठी त्यांना डावे-उजवे हे नाव द्यावे. अध्यक्ष, कार्यवाह इत्यादी जागांसाठी भांडणे होतील अशी व्यवस्था करावी. ताबडतोब आपल्या पक्षाचा चिवडा तयार होतो. या चिवड्यात सत्तेसाठी नव्याने प्रवेश केलेले बेदाणे, आरामखुर्चीत बसून नुसतीच चर्चा करणारे काजू, दुसऱ्याला फटाफट बोलून ठसका लागणाऱ्या मिरच्या घालाव्यात. मग हा चिवडा खाण्यास फारच खमंग लागतो. या चिवड्याचे वैशिष्ट्य हे आहे की, चिवड्याबरोबर तो तयार करणाराही संपतो. खाणारे फार स्तुती करतात.

सर्व पक्षांचे कडबोळे

काय करावे- म्युनिसिपालिटी, ग्रामपंचायत, जिल्हा परिषद, विधानसभा जो पदार्थ हाताशी लागेल तो घ्यावा आणि तेथील निवडणुका लढवाव्यात. सत्तारूढ पक्षाला खूप शिव्या द्याव्यात आणि विरोधकांची संयुक्त आघाडी काढून जनतेला भरघोस आश्वासने द्यावीत. म्हणजे मग निवडणुकीत कोणालाच बहुमत मिळत नाही. मग सगळ्या विरोधी पक्षांचे पीठ एकत्र करून मळावे. ते वरचेवर एकजीव झाले तरी पुरे. फार मळूच नये. या पिठात संयुक्त जाहीरनामा, जनतेचे दडपण इत्यादी तिखटमीठ टाकावे. सत्तेच्या तेलात तळले की, छान कडबोळी तयार होतात. हे तेल मात्र बेताबेताने वापरावे, कारण जितके तळाल ते पिठात मुरतेच. जास्त मुरले तरी चिंता नाही. कडबोळी अधिकच खुसखुशीत होतात. मात्र ही कडबोळी फारच थोडा वेळ टिकतात. ताजीताजी असेपर्यंत फार रुचकर लागतात. शिळी झाल्यावर त्यांची चव कडवट लागते. काही वेळा पोटातही दुखू लागते. म्हणून अधूनमधून, पण थोडीथोडी कडबोळी केल्यास उत्तम!

पार्टीची चटणी

आपल्या पार्टीतले निवडक शेंगदाणे घ्यावेत. जिकडेतिकडे जहाल भाषणांची राळ उडवून द्यावी. अल्पसंख्याक मुसलमान, ख्रिश्चन यांच्या मागण्यांना नेहमी पाठिंबा देत असावे. प्रांतभेद, भाषाभेद यांच्या जाळ्यावर सगळे दाणे भाजून घ्यावेत. एवढ्यानेही भागले नाही आणि दाणे कच्चेच राहिले आहेत असे वाटले तर चीन, रशिया, पाकिस्तान यांना पाठिंबा देणारी वक्तव्ये करावीत. सगळीकडे आग पेटवावी. या आगीत निवडक दाणेच काय सबंध पार्टीच चांगली भाजून निघते आणि लोक या पार्टीचे कूट करून चटणी उडवतात. ही चटणी एका पार्टीची फक्त एकदाच होऊ शकते. प्रयोग करून पाहावे.

जनतेचा खिमा

जिल्हा परिषद, सहकारी सोसायट्या, सहकारी बँका यात घुसावे. जमेल तेवढा पैसा उकळावा. वाटेल तशी आश्वासने तोंड भरून द्यावीत. विश्वासाने जे जे मान खांद्यावर टाकतील त्यांचे गळे धडाधडा चिरावेत. नोकऱ्या लावण्यासाठी, बदली करण्यासाठी प्रत्येकाकडून कमिशन घ्यावे. मदत म्हणून मिळणाऱ्या प्रत्येक वस्तूत आपला हिस्सा ठेवावा. गोरगरिबांना जातीची शपथ घालावी. गुंडांना पैसा वाटावा. असे काही वर्षे केल्यास ताबडतोब तेथील जनतेचा खिमा होतो. हा पदार्थ 'नॉनव्हेज' असला तरी चवीला उत्तम आहे. मात्र तो खर्चिक असल्यामुळे वरिष्ठ वर्गातल्या श्रीमंतांनाच तो करणे शक्य आहे. गरिबांनी या

भानगडीत पडू नये हे बरे. या पदार्थाचे वैशिष्ट्य हे आहे की, खिमा तयार करणारा इसम स्वत: जितका खमंग असेल तितकी तितकी या खिम्याची चव रुचकर बनते. निरनिराळ्या ठिकाणच्या जनतेचा निरनिराळ्या पद्धतीचा खिमा होतो तो याच कारणामुळे!

पुढाऱ्याचे पाठीचे धिरडे

हाच खिमा बिघडल्यास हा पदार्थ तयार होतो. लोकांना या खिम्याची आधीच कल्पना आली तर ते खवळतात. तो करणाऱ्या पुढाऱ्याला धरतात आणि बडव बडव बडवतात. इतके की, त्याच्या पाठीचे झकास धिरडे होते. हाही पदार्थ तसा खाण्यास बरा आहे. मात्र जरा त्रासाचा आहे. केव्हातरी दहा-वीस वर्षांतून एकदा करण्यास हरकत नाही. मोठ्या पाठीच्या पुढाऱ्याचे धिरडेही मोठे होते व ते पुष्कळ दिवस टिकते.

शिक्षणसंस्थेचे खोबरे

एखादी शिक्षणसंस्था काढावी. तिच्या अध्यक्षपदी आणि संचालक मंडळात गावातले पुढारी घ्यावेत. रिकामटेकडे, गुंड ही मंडळी घेता आली तर उत्तमच, पण निदान चेअरमन आणि सेक्रेटरी तरी राजकीय पुढारी असावेत. हेडमास्तर किंवा प्रिन्सिपॉलच्या जागेवर आपल्या जातीतला शक्य तितका नालायक मनुष्य आणून बसवावा. शाळेतले शिक्षक किंवा कॉलेजातले प्रोफेसरदेखील शक्य तो जात बघूनच घ्यावेत. मुलांची फी, इमारत फंड, सरकारी ग्रँट यातून मिळालेले पैसे निवडणुकीच्या कामासाठी वापरावेत. शिक्षक, प्राध्यापक, मुले यांना आपल्या पक्षाच्या निवडणुकीच्या वेळी प्रचारासाठी भरपूर राबवावे. मग शिक्षणसंस्था काही दिवस बंद राहिली तरी चालेल! पुढाऱ्यांची, टोळभैरवांची सगळी नापास कार्टी दरवर्षी नेमाने वर चढवावीत. जमेल त्या त्या वेळी संस्थेत जाऊन शिक्षकांना दम तरी भरावा किंवा देशभक्तीवर व्याख्याने तरी झोडावीत. आपल्यापैकी एखाद्या मुलास शिक्षकाने चुकून मारले तर त्या शिक्षकास शाळेत बेदम चोपण्यास हरकत नाही! असे काही वर्षे केल्यास लवकरच शिक्षणसंस्थेचे, शिक्षणाचे, इतकेच नाही तर मुलांचेही खोबरे होते. त्याची चव विशेष मधुर लागते.

सबंध देशाचे वांगे

सबंध भरली वांगी आपल्या परिचयाची आहेतच. त्याची चव किती खमंग असते. असेच वांगे संपूर्ण देशाचेही करता येते. काय करावे, बहुसंख्य समाज घ्यावा आणि त्याची चांगली कणीक तिंबावी. त्याला एकसारखी नावे ठेवावीत. अल्पसंख्य

समाजाचे मात्र एकसारखे लाड करावेत. देशातील लढाऊ वृत्ती चांगलीच खच्ची करावी. कुठेही कुणी प्रतिकाराचा शब्द उच्चारणार नाही अशी दक्षता घ्यावी. सरकारी कारभारात रेमेडोके मंत्री आणावेत. जिकडेतिकडे अनास्था, बेपर्वाई, बेजबाबदारपणा या गुणांचा विकास करावा. लाचलुचपतीस रान मोकळे सोडावे. वशिलेबाजीची फोडणी टाकावी. देशापेक्षा पक्ष मोठा, पक्षात आपला गट महत्त्वाचा आणि त्यातही आपण श्रेष्ठ ही भावना पद्धतशीरपणे जोपासावी. शत्रूने हल्ला केल्यास मुकाट्याने शरण जाऊन रदबदली करावी. तडजोडीसाठी आपल्या देशाची भूमी खुशाल दान म्हणून देऊन टाकण्याची सवय अंगी बाणवावी. खर्चाला कसलाही ताळमेळ ठेवू नये. वेळ आलीच तर आपल्या चलनाचे अवमूल्यन करून आर्थिक क्षेत्रात बोंबाबोंब उडवून द्यावी. मुख्य म्हणजे तज्ज्ञ, माहीतगार या प्राण्यांना तुच्छ लेखावे. त्यांचा सल्ला ऐकू नये. असे पंधरा-वीस वर्षे केल्यास संपूर्ण देशाचे वांगे आपोआप होते. याची चव आपली आपल्याला घेता येत नाही, पण परदेशी लोकांना नेहमीच असली वांगी आवडतात. मात्र सत्तेवर असलेल्या पक्षालाच देशाचे असे संपूर्ण वांगे करता येईल.

राजकीय स्वयंपाकघरात तयार होऊ शकणारे काही पदार्थ आम्ही सुचवले आहेत. हे सगळेच पदार्थ सगळ्याच सुगरण पुढाऱ्यांना वा पक्षांना जमतील असे नाही. काही विशेष खर्चिक आहेत, तर काहींसाठी बराच वेळ आणि श्रम लागतात, पण प्रयत्न केल्यास कठीण काही नाही. ज्याला जे जमेल ते त्याने करून पाहावे. या बाबतीतील आपले अनुभव आम्हास कळविल्यास आणखी काही असेच खमंग व रुचकर पदार्थ कसे बनवावेत हे आम्ही प्रात्यक्षिकासह सांगू. त्यासाठी राजकीय पुढाऱ्यांचे एखाद्या थंड हवेच्या ठिकाणी शिबिर भरविण्याचाही आमचा इरादा आहे.

☆

पानिपतचे चौथे युद्ध

(काळ इ.स. २१७१ : स्थळ- एक शाळा. तास इतिहासाचा आहे. गुरुजी वर्गात प्रवेश करतात. मुले बसलेली आहेत.)

गुरुजी : माझ्या सन्माननीय मित्रांनो, आजचा तास हा महत्त्वाचा आहे, कारण दोनशे वर्षांपूर्वी घडलेल्या एका मोठ्या लढाईचं वर्णन मी करणार आहे... बंड्या, तुझं लक्ष कुठं आहे?

बंड्या : काही नाही सर, माझे वडील यावेळी हेलिकॉप्टरमधून घरी परत येतात ऑफिसातून. त्यांचं ते विमान दिसतं का, ते खिडकीतून पाहत होतो.

गुरुजी : हेलिकॉप्टर ही काय बघण्याची वस्तू आहे? हां, दोनशे वर्षांपूर्वी आपले लोक मागासलेले होते. त्यांच्यात सुधारण झाली नव्हती. त्यांना या वाहनाचं मोठं आकर्षण वाटायचं.

खंडू : पण गुरुजी, बंड्याच्या घरची परिस्थिती सध्या तितकीशी चांगली नाही. त्यांच्याकडं एकच हेलिकॉप्टर आहे.

गुरुजी : (आश्चर्याने) होय बंड्या?

बंडू : (रडत रडत) होय सर, या खंड्याच्या घरी पाच-सहा आहेत. शिवाय त्याच्या वडिलांचे जेट विमान वेगळेच.

गुरुजी : अरेरे! हे मला माहीत नव्हतं.

बंड्या : (रडतच) आम्हाला एकच बंगला आहे. शिवाय एक टेलिफोन, फ्रीज, एक टीव्हीसेट अन् दहाबारा इतर यंत्रं. एवढंच आहे सर.

गुरुजी : मला फार वाईट वाटतं हे ऐकून. या गोष्टी काय आजकाल कुणाच्याही घरी असतात, असो. तर आपण आपल्या अभ्यासाकडे वळू. आज मी तुम्हाला 'पानिपतची चौथी लढाई' हे प्रकरण शिकवणार आहे.

पुंडू : (टाळ्या वाजवून) शिकवा, शिकवा सर. लढाई म्हटल्यावर आम्हाला मजा वाटते.

गुरुजी : पुंडू, तू गप्प बैस. मी काय सांगतो ते प्रथम ऐक. पानिपतच्या तीन लढाया तुम्हाला ठाऊकच आहेत. पहिली लढाई कुणाकुणात झाली? तू ऊठ

गंप्या सांग.

गंप्या : अं... अं... अं...

गुरुजी : लवकर सांग. नाहीतर देईन बघ दणका. सांगतोस की नाही?

गंप्या : तू ऊठ बंड्या.

बंड्या : बाबर आणि दिल्लीचा बादशहा इब्राहिमखान लोदी.

गुरुजी : छान! अगदी बरोबर सांगितलंस. आता बाळ्या, तू सांग दुसरी लढाई
कुणाकुणात झाली?

बाळ्या : दोन शत्रूंत झाली ना? मला माहीत आहे.

गुरुजी : गद्ध्या, पण त्या शत्रूंची नावं काय?

खंडू : मी सांगतो गुरुजी. दिल्लीचा बादशहा अकबर आणि हिंदूंचा सेनापती हिमू.

गुरुजी : अगदी बरोबर आहे. बरं, तिसरी लढाई?

बाळ्या : मला माहीत आहे. मी सांगू?

गुरुजी : हां सांग, सांग. शाबास.

बाळ्या : (डोके खाजवीत) पानिपतची तिसरी लढाई पानिपत येथे झाली. पानिपत
हे एक ठिकाण आहे तेथे लढाई झाली. ती तिसरी लढाई होती. म्हणून
या लढाईला पानिपतची तिसरी लढाई म्हणतात.

गुरुजी : पण मूर्खा, ती झाली कुणाकुणात?

बाळ्या : अगदी सोपं आहे. इतिहासाच्या पुस्तकात ती नावं दिलेलीच आहेत.

गुरुजी : शहाणा आहेस! बैस खाली. कोण सांगतो?

खंडू : मला माहीत आहे सर. मराठे आणि मुसलमान यांच्यात झाली. बरोबर आहे
ना? द्या टाळी–

गुरुजी : ही घे! (टाळी देतात) विद्यार्थ्यांनी टाळी मागितली तर ती शिक्षकांनी
ताबडतोब द्यावी असा शिक्षण खात्याचा नवीन नियम आहे. असो. १७६१मध्ये
ही तिसरी लढाई झाली. काबूलचा बादशहा अब्दाली आणि मराठे यांच्यात.
या लढाईत मराठ्यांचा पराभव झाला आणि त्यांचं फार मोठं नुकसान
झालं. एक लाख तरणी माणसं मेली.

बाळ्या : मेलेल्या माणसांची शिरगणती केली होती काय सर?

गुरुजी : तसं काही इतिहासात दिलेलं नाही, पण 'एक लाख बांगडी फुटली' असं
वर्णन आहे.

खंडू : मग बरोबर आहे. फुटलेल्या बांगड्या मोजल्या असतील. एकूण एकच.

गुरुजी : ही आतापर्यंत उजळणी झाली मुलांनो. आता नवा इतिहास शिकायचा
आहे! 'पानिपतची चौथी लढाई' हे या प्रकरणाचं नाव. खरोखर या लढाईत
तिसऱ्या लढाईपेक्षा जास्त हानी झाली.

गंप्या : (नाक पुसून) पण ही चौथी कुणाकुणात झाली गुरुजी?

गुरुजी : (रागावून) तेच सांगतो आहे. तुला काही दम आहे की नाही? ही गोष्ट इसवी सन १९७१ मधली आहे. म्हणजे दोनशे वर्षांपूर्वी ही भयंकर गोष्ट घडली. त्यावेळी दिल्लीला इंदिराराणी नावाची सम्राज्ञी गादीवर बसलेली होती. तिचा बाप हाही हिंदुस्थानचा सम्राट होता. बापाच्या पाठीमागे ती राज्य करू लागली. मध्यंतरी तिच्या सरदारांनी राज्यात बंड केलं. तिलाच गादीवरून हुसकावण्याचा प्रयत्न केला, पण राणी फार हुशार. हिंदू लोक तिला 'प्रियदर्शनी' म्हणत. मुसलमान लोक तिला नेहरुन्निसा म्हणत. तिनं या सगळ्या सरदारांचा बंदोबस्त करून टाकला. मोरारजी देसाई, निजलिंगप्पा, कामराज, स. का. पाटील हे निरनिराळ्या प्रांतांतले सुभेदार बंड करून उठले होते, पण हे बंड मोडण्यात तिला यश मिळालं. तिनं या सगळ्या सरदारांना आपल्या राज्यातून हाकलून लावलं.

खंडू : सर, एकूण ही राणी फार हुशार दिसते नाही?

गुरुजी : फारच हुशार. बापापेक्षा ती वरचढ निघाली. धूर्त आणि कावेबाज राणी म्हणून ती इतिहासात प्रसिद्ध आहे. अशी राणी पुन्हा झाली नाही. ती अतिशय महत्त्वाकांक्षी आणि रागीट होती. कुणावर ती प्रसन्न झाली की, वाटेल ते देऊन टाकत असे, पण जर का त्याच्यावर चिडली की, त्या माणसाचं काय होईल याचा नेम नसे. त्यामुळे सगळा दरबार तिला घाबरून असे. राज्यातील प्रजाही तिच्यापुढे थरथर कापेच, पण मोठे मोठे सरदारही माना खाली घालून तिचा हुकूम पाळीत. यशवंतराव चव्हाण नावाचा एक पराक्रमी मराठा सरदार तिच्या दरबारात होता. एवढा पराक्रमी की, लोक या सरदाराला 'प्रति-शिवाजी' म्हणत, पण हा सरदार या राणीला फारच भिऊन होता. मध्यंतरी ही राणी त्याच्यावर एकदा क्रुद्ध झाली असताना या मराठा सरदाराची अगदी गाळण उडाली होती.

गंप्या : बापरे! राणी मोठी जबरदस्त दिसते गुरुजी! आत्तापर्यंत एवढा इतिहास आम्ही शिकलो, पण अशी बाई कुठल्याच इतिहासात सापडली नाही.

गुरुजी : जबरदस्त! अरे फारच हिंमतवान बाई! ती नुसती दिसली की, मोठमोठे लोक साष्टांग नमस्कार घालायचे. तिला कुणी 'आदिशक्ती' म्हणायचे. कुणी 'आदिमाया' म्हणायचे.

बाळ्या : तिची रोज पूजाअर्चासुद्धा होत होती का हो गुरुजी? काकडारती, धुपारती वगैरे?

गुरुजी : तसं नक्की काही ठाऊक नाही, पण होत असलीच पाहिजे. तिची देवळंसुद्धा बांधली गेली असतील, पण आपल्या इतिहासात त्याची काही

माहिती दिलेली नाही. तर सांगायची गोष्ट अशी की, ही राणी गोरगरिबांबद्दल फार गोड बोलायची. त्यांचं मला काहीतरी भलं करायचंय म्हणायची. एकदा तिनं एकदम गरिबी हटाव म्हणून एक फतवा काढला.

खंडू : म्हणजे काय गुरुजी?

गुरुजी : म्हणजे नक्की काय ते मलाही ठाऊक नाही, पण असा फतवा तिनं काढला खरा. त्याप्रमाणे गरिबी खरोखरच हटलीही असती. राणीची ताकदच तशी होती, पण प्रजेमध्ये काही असंतुष्ट लोक होते. त्यांना राणी आवडत नव्हती. ते लोकांना सांगू लागले, ही राणी लबाड आहे. ती तुमच्या डोळ्यात धूळ फेकते आहे. अशा लोकांनी एकजूट केली. आपापल्या सैन्याची जमवाजमव केली. पैसा, दारूगोळा सगळं जमवलं अन् एकदम राणीविरुद्ध बंड पुकारलं. जिकडेतिकडे धामधूम उडवून दिली.

बाळ्या : सर, या बंडाचा म्होरक्या कोण होता?

गुरुजी : निरनिराळे सरदार होते. त्यात अटलबिहारी वाजपेयी म्हणून मुख्य सेनापती होता. त्याचं स्वतःचं सैन्य चांगलं लढाऊ होतं. हा सेनापती हुशार आणि कर्तबगार होता. त्यानं इतर असंतुष्ट सरदारांना हाताशी धरलं. मद्रदेशाधिपती कामराज, गुर्जरवीर मोरारजी, कन्नडवीर निजलिंगप्पा, श्रेष्ठी नवल टाटा, मुंबापुरीचा सेनापती बाळ ठाकरे. एकापेक्षा एक पराक्रमी आणि अनुभवी वीर एकत्र आले. त्यांनी राजधानीवर चाल केली. बंडाचा बावटा उभारला. ही गोष्ट १९७१ सालातली आहे बरे.

खंडू : मग पुढं काय झालं? वेळ लावू नका गुरुजी. आम्हाला लढाईचं वर्णन ऐकायची फारच उत्सुकता लागलेली आहे. अगदी लवकर लवकर बोला.

गुरुजी : पुढं काय? १९७१च्या जानेवारी महिन्यात या बंडाला तोंड फुटलं. राणीनंही युद्धाची जय्यत तयारी केली. दोन महिने उभयपक्षी युद्धाची सिद्धता आणि किरकोळ गोळागोळी चालू होती. अखेर मार्च महिन्याच्या पहिल्या आठवड्यात युद्धाला तोंड लागलं. देशात जिकडेतिकडे लढाई सुरू झाली. सगळीकडे प्रचंड धूळ उठली. वर्तमानपत्राचे तोफखाने आग ओकू लागले. कोणाचं कोणाला दिसेनासं झालं. हाणाहाणी, कापाकापी, गोळागोळी यांना ऊत आला. अखेर अखेर तर हातघाईची लढाई सुरू झाली. रायबरेली भागात तर राणी स्वतः हत्यार घेऊन शत्रूवर चाल करून गेली. प्रचंड गदारोळ उडाला. अशी ही धुमश्चक्री सतत दहा दिवस चालू होती. अखेर मार्च १०ला ही लढाई संपली आणि राणीचा प्रचंड विजय झाला.

खंडू : या युद्धात बंडखोरांचं किती नुकसान झालं गुरुजी?

गुरुजी : फारच प्रचंड! पानिपतच्या तिसऱ्या लढाईचं वर्णन इतिहासकारांनी केलं आहे ना?... "दोन मोत्ये गळाली, सत्तावीस मोहरा सांडल्या आणि खुर्दा किती हरवला याचा पत्ताच नाही." या तिसऱ्या लढाईपेक्षाही ही चौथी लढाई भयानक ठरली. निदान पंचवीस तरी मोत्ये गळाली. शेकडो मोहरा गायब झाल्या आणि उरला तो फक्त खुर्दा... असं या लढाईचं वर्णन पुढच्या इतिहासकारांनी लिहून ठेवलं आहे.

बाळ्या : छे: छे:! फारच भयानक युद्ध हे! बंडखोर सरदारांचं पुढं काय झालं गुरुजी? त्यासंबंधी काही माहिती सापडते का इतिहासात?

गुरुजी : सगळी माहिती मिळत नाही, पण जी आहे ती सांगतो. कन्नडवीर एकजात ठार झाले. त्यांचा सरदार निजलिंगप्पा स्वत: रणांगणात नव्हता म्हणूनच बचावला. गुर्जरवीर मोरारजी यानं स्वत: लढाई जिंकली, पण त्याचे खूपच सैनिक या लढाईत कामास आले. मद्रदेशाधिपती कामराज सुरक्षित राहिला, पण त्याचं राज्य राणीनं जिंकलं. आपल्या मांडलिकाला दिलं आणि या राजाला तिने वनवास भोगायला लावला. त्यानं खूप शर्थीनं युद्ध केलं. त्याचं खूप नुकसान झालं, पण त्यांच्या सैनिकांनी राणीच्या सैन्याचीही खूप हानी केली, पण राणीच्या अफाट सामर्थ्यापुढं त्याचंही काही चाललं नाही. या वीरांचा खुद्द राजधानीतही खूप दबदबा होता. राणीनं तो पार नाहीसा करून राजधानी पूर्णपणे आपल्या ताब्यात घेतली. राणी पुन्हा निरंकुशपणे राज्य करू लागली.

खंडू : छान छान! काय सुंदर इतिहास आहे! एका राणीचा हा पराक्रम अं? पण या राणीनं 'गरिबी हटाव' म्हणून फतवा काढला होता त्याचं पुढं काय झालं गुरुजी?

गुरुजी : (गंभीर होऊन) मी तेच शोधत आहे. गेले दोन दिवस इतिहासाची पुस्तकं पालथी घातली. बखरी वाचल्या. कागदपत्र वाचले, पण ही गरिबी दूर झाली की नाही यासंबंधी काहीच पुरावा सापडत नाही. जर सापडलाच तर तुम्हाला तो मी अवश्य दाखवीनच. बराय. तास संपत आला आहे. 'पानिपतच्या चौथ्या लढाईचे परिणाम' या विषयावर एक गृहपाठ सर्वजण उद्या लिहून आणा.

(घंटा होते.)

☆

माश्यामारी

पश्चिम पाकिस्तानात भावलनगर या गावचा चित्तथरारक वृत्तांत कळला की नाही? फार ऐकण्यासारखा आहे. या भावलनगरात माश्या मारण्याची मोहीम काढण्यात आली. मासे नव्हेत, माश्या! आणि ही मोहीम अगदी युद्धपातळीवरून चालू झाली. दिसेल ती माश्यी मेलीच पाहिजे असा निर्धार या पाठीमागे होता. या जिद्दीने माश्या मारण्यात आल्या आणि नंतर त्या एकत्र करण्यात आल्या. त्यांचे वजन आठ मण भरले. ही माहिती सांगोवांगीही नव्हे. पाकिस्तानचे राज्यमंत्री महंमद यासीन यांनीच सांगितली आहे. अशीच मोहीम कम्युनिस्ट चीननेही क्रांती होऊन राजसत्ता हाती आल्याबरोबर पहिल्याच वर्षी हाती घेतली होती म्हणतात.

ही बातमी वाचल्याबरोबर माझ्या मनात चीन आणि पाकिस्तान यांच्याबद्दल प्रथम प्रेम दाटून आले. या दोन देशांत काही चांगले चाललेले असते यावर आपल्या मंडळींचा विश्वासच बसत नाही, नाही का? निदान मला तरी तसे वाटत होते खरे. त्यामुळे हे वृत्त वाचले आणि– 'धन्य ते संताजी धनाजी' या चालीवर 'धन्य ते चीन-पाकिस्तान' असे उद्‌गार तोंडातून निघाले. मनात आले की, ही मोहीम सुरू करण्यासाठी आपल्या देशासारखा लायक देश नाही! आपल्याकडे ती सुरू व्हायलाच पाहिजे. येथे माश्याही खूप आणि माणसेही रग्गड! वर्षानुवर्षे हा उद्योग चालला तरी तो बंद होण्याची धास्ती नाही. मुख्य म्हणजे माश्या मारीत बसणे हा आमचा परंपरागत धंदा आहे. यात नवे काही नाही. फक्त वॉर फूटिंगवर तो करणे एवढेच आवश्यक आहे, पण आमच्याकडे हे होईल काय? युद्धपातळीवर याची आखणी करण्यात येईल काय? आणि आलीच तर गोष्टी कशा घडतील? या मोहिमेचा शेवट कोणत्या प्रकारे होईल?

विचार करता करता माझी एकदम समाधी लागली. (ही माझी नेहमीचीच खोड आहे.) डोळ्यांसमोर पुढची रम्य चित्रे दिसू लागली. ठिकठिकाणच्या बातम्या लख्ख वाचता येऊ लागल्या. भविष्यकाळाचा पट हलकेहलके उलगडत चालला... पहिलेच चित्र दिसले ते असे...

चौथ्या योजनेत 'मक्षिका-नाश' मोहीम!

नवी दिल्ली : 'चौथ्या पंचवार्षिक योजनेत 'मक्षिका-नाश' हे प्रमुख लक्ष्य ठरविण्यात आले असून, त्यासाठी पंचवीस कोटी तीस लाख एकूणसत्तर हजार तीनशे दोन रुपये बाजूला काढून ठेवण्यात आले आहेत. राष्ट्रीय नियोजन मंडळाच्या नुकत्याच भरलेल्या बैठकीत वरील महत्त्वाचा निर्णय कडाक्याच्या चर्चेनंतर घेण्यात आला.' ही वार्ता प्रसिद्ध होताच सर्व राज्यांच्या मुख्यमंत्र्यांनी तिचे स्वागत केले. विरोधी पक्षाच्या गोटात याची संमिश्र प्रतिक्रिया दिसली. एक कम्युनिस्ट खासदार म्हणाले की, ही घोषणा निराशाजनक आहे. आपल्या देशातील बेकारीच्या प्रश्नाशी या मोहिमेची सांगड घातल्याशिवाय हा प्रश्न सुटणार नाही. त्या दृष्टीने ही तरतूद अपुरी वाटते. सरकारने बेकारांची आणि माश्यांची, दोघांचीही घोर फसवणूक केली आहे. यावर काँग्रेस पक्षातील एक आर्थिक तज्ज्ञ बोलले की, एका रुपयास दहा माश्या याप्रमाणे हिशेब केला तरी अब्जावधी माश्यांचा संहार या योजनेमुळे होईल आणि फायदा कमी म्हणता येणार नाही. माश्या मारीत बसणे हा भारताचा परंपरागत, प्राचीन व्यवसाय असल्यामुळे या मोहिमेस भरपूर यश मिळेल असाही विश्वास त्यांनी व्यक्त केला.

आमचा दिल्लीचा बातमीदार कळवतो की, आरोग्य आणि कुटुंबनियोजन मंत्री डॉ. चंद्रशेखर यांच्याकडेच या मोहिमेची सूत्रे सोपवावीत असे मंत्रिमंडळाच्या बैठकीत ठरले असले तरी डॉ. चंद्रशेखर ही सूत्रे घेण्यास फारसे उत्सुक नाहीत. मंत्रिमंडळातील कोणीही मंत्री हे काम तितक्याच जबाबदारीने करू शकेल असे त्यांचे मत आहे. शिवाय, माश्या निर्माण करून मग त्यांचा बंदोबस्त करण्यापेक्षा आहेत त्या सध्याच्या माश्यांनाच लूप बसविल्यास ही मोहीम आपोआप यशस्वी होईल असे त्यांचे म्हणणे असल्याचे मला समजले. तथापि उघडउघड विरोध ते करणार नाहीत असे दिसते. 'एक मे' या लाल क्रांतिदिनी या मोहिमेचा शुभारंभ होईल... आणि मग पुढच्या बातम्या दिसल्या त्या अशा :

याचे अनुकरण करा

नवी दिल्ली : मक्षिकानाशाच्या मोहिमेची तयारी जोरात चालू आहे. परवाच या मोहिमेचे बोधचिन्ह पसंत करण्यात आले. एक माणूस गादीवर झोपला आहे आणि त्याने पाळलेले माकड त्याच्या उशाशी बसले आहे. त्या माणसाच्या नाकावर बसलेली माश्यी मारण्यासाठी माकडाने जवळच ठेवलेली तलवार हातात घेऊन उगारलेली आहे– 'यांचे अनुकरण करा'– म्हणजे माणूस मेला तरी हरकत नाही, पण माश्यी सुटता कामा नये या जिद्दीने ही मोहीम चालू ठेवा. पसंत केलेले हे चित्र

आता देशभर सर्वत्र लावण्यात येईल आणि खेड्यापाड्यांपर्यंत त्याचा प्रसार होईल असे दिसते. मात्र या माकडाचा तोंडवळा कोणत्या पुढाऱ्याप्रमाणे असावा याविषयी निवड समितीत मतभेद झाले आहेत. झोपलेल्या माणसाचा तोंडवळा आणि माकडाचा चेहरा अशी दोन तोंडे दोघांना देऊन ही भांडणे बहुधा मिटविण्यात येतील असे वाटले. बोधचिन्हाप्रमाणे या मोहिमेचे बोधवाक्यही पसंत करण्यात आले आहे. तेही देशाच्या कानाकोपऱ्यांत, विजेच्या खांबाखांबांवर, झाडांवर, देवळा-देवळांवर लिहिले जाईल. 'प्रथम प्रहारे मक्षिकाघात:' हे वाक्य सर्व दृष्टीने योग्य ठरविण्यात आले आहे. तामिळनाडूमध्ये मात्र संस्कृत वाक्य न लिहिता 'प्रथम चेळुवरुइंडुवण्णूवरु' असले काहीतरी वाक्यच लिहिले जाईल असे म्हणतात. असो!

पाच माश्या मारून उद्‌घाटन

भोपळापूर दि... भोपळापूर सहकारी साखर कारखान्याच्या परिसरात माणकोजीराव हिरोजीराव मातकर यांच्या हस्ते या मोहिमेचे उद्‌घाटन झाले. साखर कारखाना असल्यामुळे माश्यांना तोटा नव्हताच. अध्यक्षांच्या तोंडाभोवतीही शेकडो माश्या घोंघावत होत्या. माणकोजीरावांनी पहिल्याच हातात पाच माश्या मारून या मोहिमेस स्फूर्तिदायक प्रारंभ केला. नंतर त्यांनी मारलेल्या पाच माश्यांचा तेथेच जाहीर लिलाव करण्यात आला. शेट ढब्बूलाल खाबूलाल यांनी पाचशे रुपयांना त्या तेथेच विकत घेऊन सर्वांची वाहवा मिळवली. नंतर केलेल्या भाषणात माणकोजीराव मातकर म्हणाले, "बंधू-भगिनींनो, आपण एकेकाळी माणसं मारलेली हैत. तिथं माश्या मारनं काय आवघड है? हा ग्रामोद्योगच है. आपली काई हारकत न्हाई. प्रत्येकानं दिवसभराच्या टायमात कमीतकमी धा तरी माश्यान्ला रट्टा मारून हानलं पायजे. आमी जर एखाद्या मानसाच्या पाठीत दनका घातला तर तो पक्कन खालीच बसतो. असाच दनका तुमीबी हाना. आपल्या ह्या राज्यातून पुढच्या सालाला निदान एक कोटी मेलेल्या माश्यांची निर्यात दिल्लीला केली पायजे. आपल्या जिल्ह्याचं वैशिष्ट आपन कायम राखलं पाहिजे. सुशिक्षित मानसं ह्यात उदाशीन आहेत ही गोष्ट बराबर न्हाई. त्यांनी पण ह्यात भाग घेतला पायजे..."

'निर्मक्षिका ग्रामा'त अफरातफर

फुगेवाडी, दि... मक्षिकानाशाच्या मोहिमेसाठी येथे आलेल्या दहा हजार रुपयांची अफरातफर झाली असून, त्यामुळे गावात फारच खळबळ उडाली आहे.

याबाबतीत तपास केल्यावर असे समजले की, येथील ग्रामपंचायतीचे सरपंच आणि ग्रामसेवक यांच्याकडे ही रक्कम आलेली होती. त्यांच्या आदेशानुसार लोकांनी

बऱ्याच माश्या मारून त्यांच्या स्वाधीन केल्या. विरोधी गटाच्या म्हणण्यानुसार ही संख्या २,५५,७३२ इतकी आहे. त्यापैकी पहिला एक लाख मारलेल्या माश्यांचा हप्ता मुंबईला पाठवून दिल्याची पावती आहे. बाकीच्या माश्यांचे काय झाले याचा मात्र काहीच शोध लागत नाही. सरपंच आणि ग्रामसेवक यांनीच या माश्या गडप केल्या असा त्यांचा आरोप आहे. गावोगाव हेच प्रकार चालले असून, माश्या फक्त कागदोपत्री मरत आहेत आणि खऱ्या माश्या गावात तशाच बेगुमानपणे हिंडत आहेत अशीही गावकऱ्यांची तक्रार आहे. यात आश्चर्याची गोष्ट अशी की, चारच महिन्यांपूर्वी 'निर्मक्षिका ग्राम' म्हणून या गावाचा गौरव करून तेथे आरोग्यमंत्र्यांच्या अध्यक्षतेखाली गौरव समारंभ झाला होता. याउलट यंदाइतक्या माश्या आपण गेल्या चाळीस वर्षांत कधी पाहिल्या नव्हत्या असे गावातील वृद्ध लोक जीव तोडून सांगत आहेत. या प्रकाराची पोलीस चौकशी सुरू झाली आहे.

विधानसभेत प्रश्नोत्तरे

मुंबई, दि... महाराष्ट्र राज्य विधानसभेत मक्षिकानाश मोहिमेवर प्रश्नोत्तराच्या वेळी पुढील माहिती देण्यात आली.

या मोहिमेत ३०० गावे निर्मक्षिक झाली. १००० गावे अर्ध-निर्मक्षिक आहेत. ५००० गावांत माश्यांची अंडी शोधण्याचे काम जारीने चालू आहे. पुढील पंचवार्षिक योजनेत राज्यातील निम्मी गावे निर्मक्षिक होतील असा तज्ज्ञांचा अंदाज आहे. या कामाश्याठी आत्तापर्यंत दोन कोटी वीस लाख रुपये खर्च झाले. त्यांपैकी दीड कोटी रुपये नोकरवर्ग व प्रतिबंधक औषधे यावर खर्च झाले. सुमारे १५०० अफरातफरीची प्रकरणे चालू आहेत.

यानंतर मंत्री आणि विरोधीपक्षीय सभासद यांच्यात पुढीलप्रमाणे प्रश्नोत्तरे झाली.

प्रश्न : राज्यातील किती खेड्यांत माश्या मुळातच नव्हत्या?
उत्तर : सांगता येणार नाही.
प्रश्न : हे काम शहराच्या गलिच्छ वस्तीतूनही का सुरू करण्यात आले नाही?
उत्तर : त्याचा विचार चालू आहे.
प्रश्न : एकूण मारलेल्या माश्यांची संख्या किती होईल?
उत्तर : आकडेवारी मागवावी लागेल.
प्रश्न : मग ती तुम्ही मागवत का नाही?
उत्तर : विचार चालू आहे.

प्रश्न : सरकारी सचिवालयात आणि विधानसभेच्या आवारातही अजून माश्या घोंघावत आहेत ही गोष्ट खरी आहे काय?

उत्तर : सार्वजनिक हिताच्या दृष्टीने ही माहिती सांगणे इष्ट होणार नाही.

प्रश्न : निर्मक्षिका गावांपैकी काही गावे निर्मनुष्यच आहेत ही गोष्ट खरी आहे काय? (हशा)

उत्तर : होय. विरोधी पक्षाचे सन्मान्य सभासद प्रचारासाठी तेथे गेल्यामुळे काही गावे ओसाड पडली आहेत ही गोष्ट खरी आहे. (हशा)

एवढ्या ज्ञानवर्धक प्रश्नोत्तरानंतर सभागृहाचे नेहमीचे कामकाज सुरू झाले... मला वाटते, एवढे वर्णन पुरे झाले! आपल्याकडे माणसे एरवी नुस्ती माश्या मारीत बसतील, पण त्याची मोहीम केली तर यापेक्षा वेगळे काय घडणार?...

★

एका काँग्रेस कमिटीतील गणेशोत्सव

आमच्या टगेवाडीतील काँग्रेस कमिटी यंदा गणेशोत्सव साजरा करणार आहे, ही बातमी धक्का देणारी होती. टगेवाडी काँग्रेसचे अध्यक्ष सोकाजीराव टगे यांनी बातमी जाहीर केली तेव्हा गावात बरीच खळबळ माजली. निधर्मी काँग्रेसने गणपतीला एवढा मान देणे हे योग्य नाही असे काहींचे मत पडले. त्यामुळे अल्पसंख्य जमातीच्या भावना भरमसाट दुखावतील आणि राष्ट्रीय एकात्मता एकदम खलास होईल, अशीही भीती काहीजणांनी व्यक्त केली. काँग्रेस कमिटीत जाणे हे खुद्द गणपतीला तरी मान्य होईल की नाही याची धास्ती होतीच. लोकांच्या शंकाकुशंकांना ऊत आल्यामुळे शेवटी सोकाजीराव टगे यांनी एक पत्रक काढून खुलासा केला–

''...गजाननाचे मस्तक हत्तीचे आणि शरीर माणसाचे असल्यामुळे हा निधर्मी देव आहे, हे सांगावयास नको. त्यातून तो सगळ्यांची पापे पोटात घालतो, असे परवाच आम्ही ऐकले. त्या दृष्टीने काँग्रेस कमिटीत गणपतीचा उत्सव केल्यास जनतेची सर्व पापे जळून भस्म होतील, अशी खात्री पटल्यामुळे आम्ही हा उत्सव साजरा करणार आहोत. सध्या काँग्रेसला फार वाईट दिवस आले आहेत. या संकटातून वाचण्यासाठी विघ्नहर्त्या देवाला बोलावणेच योग्य, म्हणून आम्ही हा निर्णय घेतला आहे. काँग्रेसच्या थोर परंपरेला धरूनच हा उत्सव साजरा होईल. त्यास कुणीही धार्मिक अर्थ चिकटवू नये. सर्वांनी उत्साहाने वर्गणी द्यावी...''

सोकाजीरावांच्या या पत्रकाने खुलासा व्हायच्या ऐवजी अधिकच गोंधळ निर्माण झाला. प्रत्यक्ष देवच जर निधर्मी झाला तर बिचाऱ्या धर्माने जावे तरी कोठे, असा प्रश्न काहीजणांनी विचारला. सध्याच्या काँग्रेसला वाचवणे हे ब्रह्मदेवाच्याही बापाला शक्य नसल्यामुळे गणपतीला यासाठी बळी देणे बरोबर नव्हे, असे काहींचे मत पडले, पण प्रत्यक्ष उत्सव तर होऊ द्या, मग पाहू असा विचार करून लोकांनी वर्गणी भरली. (वर्गणीच्या पावत्या काँग्रेस कमिटीच्या सदस्यत्वाच्या होत्या. या निमित्ताने काँग्रेसची सभासद नोंदणी झाली आणि रोख वर्गणीही वसूल झाली- अशी

कुत्सित टीका विरोधी पक्षाच्या टगे लोकांनी केली, पण सोकाजीरावांच्या पार्टीने या कुजक्या बोलण्याकडे लक्ष दिले नाही.)

गणेशाची मूर्ती खास नव्या दिल्लीहून तयार करून आणलेली होती. गणेशचतुर्थीला या मूर्तीची थाटाची मिरवणूक काढून गणपतीला सन्मानपूर्वक काँग्रेस कमिटीच्या हापिसापर्यंत नेण्यात आले. मिरवणुकीत प्रत्येक काँग्रेसवाला हातात बैलजोडी घेऊन सामील झाला होता. पांढरेशुभ्र बैल आणि मध्ये क्रियाशील काँग्रेसवाला अशी एकच दाटी झाल्यामुळे ही मिरवणूक गणपतीची की पोळ्याची असाही संशय निर्माण झाला. (काही वृद्ध मंडळींना तर ही केवळ बैलांचीच मिरवणूक आहे असेही वाटले! मधला बिनशिंगाचा काँग्रेसवाला त्यांना दिसलाच नाही. असो.) गणपतीची मूर्ती सगळ्यांचे लक्ष वेधून घेणारी होती. पांढराशुभ्र खादीचा कुडता आणि पायघोळ धोतर. डोक्याला कोचदार पांढरी टोपी, पुढे आलेले पोट. यामुळे गणपती हा खराखुरा काँग्रेसवाला शेटजीच दिसत होता. दोन बाजूला दोन भांडखोर बैल आणि दोघांचीही शिंगे दोन हातांनी धरून त्यांना समजावणारा उभा गणपती, हे ध्यान आजपर्यंत कोणीही पाहिलेले नव्हते. गणपतीच्या राहिलेल्या दोन्ही हातांपैकी एका हातात पैशाची थैली आणि दुसऱ्या हातात निवडणुकीचे तिकीट होते. त्यामुळे सगळी मंडळी अत्यंत भाविकतेने त्याला पुन्हा पुन्हा नमस्कार करीत होती. या गणपतीचे मुख्य वाहन सरकारी जीप पाठीमागे उभी होती आणि मंत्रिपदाचा मुकुट त्याने मस्तकावर धारण केलेला होता. मिरवणुकीत हिंदूंचा गुलाल आणि मुसलमानांच्या रेवड्या वरचेवर उधळण्यात येत होत्या.

मिरवणुकीत पुढील घोषणा चालू होत्या–

"गणपतीबाप्पा मोरया, बहात्तर साली लवकर या!"

"बाप्पा-अल्ला भाईभाई"

"आले रे आले गणपतीवाले"

"मंगलमूर्ती मोरया, काकूंना आमच्या बुद्धी द्या!"

काँग्रेस कमिटीच्या कार्यालयाचे दार लहान होते. त्या मानाने मूर्ती मोठी होती. ती काही लवकर आत जाईना, तेव्हा मोठी पंचाईत झाली. मूर्ती आत नेण्याचे सगळे प्रयत्न फुकट गेले. शेवटी एक खडा टाकून बघावा या धोरणाने सोकाजीराव टगे मोठ्यांदा म्हणाले, "ठीक आहे. मूर्ती आत जाणार नसेल तर तिला रिबिन बांधून इथंच ठेवा. कुणातरी मंत्र्याला बोलावून आपण मूर्तीचं उद्घाटन करू." हे शब्द ऐकल्यावर मात्र ताबडतोब चमत्कार झाला. मूर्ती आपोआप थोडी लहान झाली आणि ती सगळ्यांनी अगदी सहज आत नेली. रीतसर प्राणप्रतिष्ठा आणि पूजा झाल्यावर लगेच मुद्दाम नव्याने तयार केलेली गणपतीची आरती म्हणण्यात आली.

आरती काँग्रेस गणपतीची

जयदेव जयदेव जय मंगलमूर्ती
'साहेबां'ची गादी वरती सांभाळा पुरती ॥
जयदेव जयदेव ॥

अंगी खादी शोभे, मस्तकी टोपी
हस्ती थैली मोठी, तिकिटे हा ओपी
चोपी सहकाऱ्यांना, युक्ती ही सोपी
निवडुनि गेल्यावरती जातो हा झोपी ॥
जयदेव जयदेव ॥

सत्ता मिळता पूर्वी खुर्चीतचि झिंगे
धांगडधिंगे घालुनि पैशातचि रंगे
जोडी बैलांची हरहर अवचित ही भंगे
शिंगे हलवुनि काढी दुसऱ्याची बिंगे
संकट त्यावरी भारी मध्यस्थी करिती
'साहेबां'ची गादी वरती सांभाळा पुरती ॥
जयदेव जयदेव ॥

ही आरती सर्व काँग्रेसवाल्यांनी अत्यंत नम्रपणे आणि एका सुरात म्हटली. मग खिरापतीचा प्रसाद होऊन हा कार्यक्रम संपला.

नंतरच्या आठ दिवसांत अनेक कार्यक्रम झाले. त्यात काही शैक्षणिक तर काही सांस्कृतिक म्हणजे करमणुकीचे होते. शैक्षणिक कार्यक्रमांत व्याख्यान, परिसंवाद, चर्चा इ. गोष्टी होत्या. 'शिक्षण म्हणजे काय व ते कशाशी खातात' या विषयावर सुप्रसिद्ध काँग्रेसवाले मगनभाई छगनभाई यांनी व्याख्यान दिले. हे भाषण त्यांच्या सेक्रेटरीनेच लिहून दिले होते व ते मगनभाईंना स्वत: नीटसे वाचता न आल्यामुळे जमलेल्या श्रोत्यांपैकीच एकाने एकाआड एक ओळ गाळीत वाचून दाखवले. त्यामुळे ते फारच रंगले. परिसंवादही असाच रंगला. 'काँग्रेसवाल्यांनी किती पैसे खावेत?' हा परिसंवादाचा विषय इंटरेस्टिंग होता. अनेकांनी अनेक प्रकारची मते मांडून आपापले दृष्टिकोन सांगितले. पैसे हे खाण्यासाठी असतात व ते खाल्लेच पाहिजेत या मुद्द्यावर सर्व वक्त्यांचे एकमत झाले, पण कुठे, केव्हा व कसे याबाबत मात्र प्रत्येकाने भिन्न मतपत्रिका (अर्थात तोंडी) जोडली. प्रत्येक वक्त्याने आपापले अनुभवाचे बोल सांगितले, हे या भाषणाचे वैशिष्ट्य होते. नव्या रक्ताच्या तरुण काँग्रेसवाल्यांना या परिसंवादापासून बरीच स्फूर्ती मिळाली असावी, असे त्यांच्या प्रसन्न मुद्रेवरून दिसते.

सांस्कृतिक कार्यक्रम खूपच मनोरंजक झाले. एका काँग्रेसवाल्याने केलेल्या गाढवाच्या नकला जनतेला खूपच आवडल्या. गाढवसुद्धा इतके सुंदर ओरडत नसेल, इतके या कार्यकर्त्याचे ओरडणे बहारदार होते. या कार्यक्रमामुळे आपल्याला फारच 'होमली' वाटले असे एकजण नंतर म्हणाला. दुसऱ्या एका क्रियाशील सभासदाने पायात चाळ बांधून आकर्षक डान्स करून दाखवला. त्याच्या एका पायातला चाळ 'यशवंत यशवंत' असा आवाज करीत होता, तर दुसऱ्या पायातल्या चाळातून 'इंदिरा-इंदिरा' असा ध्वनी निघत होता. एकाच वेळी हे दोन्ही आवाज काढण्याचे त्याचे कौशल्य अप्रतिम होते. तिसऱ्याने 'गणपतीची सोंड आणि काँग्रेसचे खोंड' या नावाची एक गोष्ट रंगवून सांगितली. शेवटच्या दिवशी स्थानिक काँग्रेसवाल्यांनी बसवलेल्या स्वतंत्र, सामाजिक नाटकाचा प्रयोग झाला. एक बाई पुरुषाचा वेष घेऊन गावात येते आणि मोठा आरडाओरडा करते. त्याबरोबर सगळे पुरुष घाबरून बायकांचा वेष घेतात आणि नुसती बोटे मोडत पळून जातात– अशी या नाटकाची थोडक्यात गोष्ट होती. नाटक पूर्णपणे वास्तववादी असल्यामुळे तेही भलतेच रांगले. इतके की प्रेक्षक म्हणून पाहायला आलेले काँग्रेसवालेदेखील बाईचा आरडाओरडा ऐकल्यावर पळत सुटले. असो. सारांश असा की, एकूण हा उत्सव फारच चांगल्या रीतीने साजरा झाला. लोकांची भरपूर करमणूक झाली. शेवटच्या दिवशी मात्र कोणताही कार्यक्रम नव्हता. सकाळी सगळ्या काँग्रेसवाल्यांसाठी सामुदायिक हळदीकुंकू होते. ते झाल्यावर उत्सव संपला. टगेवाडीत जवळजवळ एकही मुसलमान नव्हता. तरीसुद्धा त्यांच्या भावना दुखावतील म्हणून विसर्जनाची मिरवणूक रद्द करण्यात आली आणि श्रींचे विसर्जन गुपचूप करण्यात आले. सवयीमुळे प्रसाद खाण्याचा कार्यक्रम मात्र अजूनही काही दिवस चालूच राहणार आहे!

☆

'एप्रिल फूल'चा एक नवा आविष्कार

नवे वर्ष एकच, पण ते निरनिराळ्या वेळी सुरू होते. एक जानेवारीला आपल्या ओळखीचे व्यावहारिक वर्ष (पण खरे ख्रिश्चन वर्ष) सुरू होते. एकतीस मार्च संपतो आणि नवीन आर्थिक वर्ष सुरू झाले, असे शहाणे लोक म्हणू लागतात. नंतर 'नेमेचि येतो...' या न्यायाने पाडवा येतो. वर्षप्रतिपदेला आपले नवे वर्ष सुरू होते. आपले वर्ष असे म्हणायचे इतकेच! प्रत्यक्षात कोणता शक किंवा संवत सुरू झाला आहे, कोणता संपला आहे हे आपल्याला नक्की सांगता येत नाही. केव्हातरी हिजरी सन लागतो. 'पार्सी न्यू ईयर' अशी पाटीही कॅलेंडर चाळताना आढळते. दिवाळीच्या पाडव्यापासून आपलीच आणखी एक कालगणना चालू होते. (बहुधा तो 'विक्रम संवत' असावा.) एकूण काय सबंध वर्षभर नवीन वर्ष आपले एकसारखे सुरू होत असते.

हे सगळे आठवले परवा एक एप्रिलला सकाळी. नेहमी तीस-एकतीसला होणारा पगार एकलाच झाला. तेव्हा नवे आर्थिक वर्ष सुरू झाले, हे कळले. ख्रिश्चन लोकांच्या परंपरेप्रमाणे एक एप्रिल हा दिवस 'एप्रिल फूल' करण्यासाठी उपयोगात आणतात. या दिवशी लोक आपणाला बनवतात किंवा आपण लोकांना बनवतो. इंग्लंड-अमेरिकेत ही प्रथा किती लोकप्रिय आहे, हे माहीत नाही. आपणाकडे मात्र लहानापासून थोरांपर्यंत ती रूढ होऊ पाहत आहे. याचे कारण काय असावे? 'फूल' या विशेषणाशी आपला संबंध जास्त आहे म्हणून? का या देशात बनवाबनवीला जास्त वाव आहे म्हणून? मला काही कळत नाही. कदाचित दोन्ही गोष्टी खऱ्या असतील, पण नवे आर्थिक वर्ष सुरू होते, ही गोष्ट उत्तम आहे. पैशाच्या बाबतीत शक्य तितक्या लोकांना मूर्ख ठरवून या जगात आपला निर्वाह चालविणे हा गृहस्थधर्मच आहे. आपले सरकारही नाही त्या ठिकाणी अफाट पैसा खर्च करून आणि आपल्या डोक्यावर नवे कर लादून लोकांना ठकवीतच असते. या सर्व दृष्टीने नवे आर्थिक वर्ष 'एप्रिल फूल'पासून सुरू होते हे फारच स्तुत्य होय.

दुसऱ्या दिवशी येणाऱ्या बातम्या ठराविक असतात. अमुकअमुक ठिकाणी अमक्याचे गाणे आहे अशी पाटी लागली होती. लोक त्यावेळी तेथे गेले आणि 'आपणाला कोणीतरी बनवले' हे त्यांच्या ध्यानात आले किंवा 'अमक्या आमदाराला

पंतप्रधानांचा फोन आला म्हणून तो घाईघाईने धावत गेला आणि आपल्याला कोणीतरी 'एप्रिल फूल' केल्याचे त्याच्या लक्षात आले' वगैरे. या ठराविक बातम्या वर्षानुवर्षे वाचून मला अगदी कंटाळा आला आहे. आता या पद्धतीत काहीतरी बदल व्हावयास पाहिजे की नाही? लोकांना मूर्ख ठरविणे किंवा 'एप्रिल फूल' करणे हे ध्येय मलाही मान्य आहे, पण ते करताना आपणाला कितीतरी नव्या गोष्टी करता येतील. उदाहरणार्थ, समजा आपल्याला खालील बातमी वाचावयास मिळाली तर?

शिक्षणाधिकाऱ्यांना बनविले

भंपकपूर, दि... येथे परवा दि. १ एप्रिलला फारच खळबळजनक गोष्ट घडून आली. येथील एका माध्यमिक शाळेस जिल्हा शिक्षणाधिकाऱ्यांनी अचानक भेट दिली तेव्हा बरीचशी मुले शाळेत, विशेषत: वर्गावर्गात शिस्तीत बसलेली आढळून आली. कोठेही कसलाही गोंगाट होत नव्हता किंवा एकही कारटे आरडाओरडा करीत नव्हते. मुख्य म्हणजे प्रत्येक वर्गात शिक्षकाची मूर्ती दिसत होती व काही अभ्यास चालू असल्याचेही कानांवर पडत होते. शिक्षणाधिकाऱ्यांना सर्वांत आश्चर्य वाटले ते हे की, शिक्षक हे अभ्यासाचा विषय शिकवीत होते आणि मुलांना तो विषय समजत होता. हा काय प्रकार आहे हे त्यांना बराच वेळ समजेना. शेवटी आज एक एप्रिल आहे ही गोष्ट त्यांच्या लक्षात आली व आपल्याला या शाळेने 'एप्रिल फूल' केले आहे हे त्यांनी ओळखले. तसे ते मनातून खजीलही झाले असतील. तथापि त्यांनी वरवर तसे काही न दाखवता शाळेची धावती तपासणी केली व नंतर त्यांनी शिक्षकांची एक सभा घेतली. या सभेत त्यांनी शिक्षण व्यवसायाचे पावित्र्य, ध्येयवाद, भावी आधारस्तंभ कसे तयार करावयाचे यासंबंधी काहीही विवेचन केले नाही. उलट शिक्षकांच्या अडी-अडचणी, सोयी-गैरसोयी याबद्दल फारच आस्थेने चौकशी केली. त्यामुळे सर्वच शिक्षकांना फार मोठा धक्का बसला. हा काय प्रकार आहे हे त्यांच्या लक्षात येईना. शेवटी तर एका धूर्त व चाणाक्ष शिक्षकाने हाही 'एप्रिल फूल'चाच प्रकार आहे हे सर्वांच्या निदर्शनास आणून दिल्यावर खुलासा झाला. 'एप्रिल फूल'च्या या अभिनव प्रकारामुळे गावात फारच खळबळ माजली असून, जिकडेतिकडे तोच एक चर्चेचा विषय झाला आहे.

प्रिय वाचक, 'एप्रिल फूल'ची ही योजना किती उत्तम तऱ्हेने राबवता येईल हे आतातरी तुमच्या लक्षात आले असेल अशी आशा आहे. आणखी एक अशीच बातमी तुमच्या वाचनात आली तर तुम्हाला काय वाटेल?

सबंध गाव 'एप्रिल फूल'

घाणगाव दि... चार दिवसांपूर्वी म्हणजे दि. १ एप्रिलला येथे मोठा चमत्कार घडला. त्या दिवशी सकाळी लोक उठले आणि पाहतात तो घाणगावातले सगळे रस्ते झाडून साफ केलेले. इतकेच नव्हे तर त्यावर सडासंमार्जनही केलेले. गावातील कचऱ्याच्या पेट्या कचऱ्याच्या ढिगाऱ्याखाली बुडून गेलेल्या असत, पण आज त्या पूर्णपणे रिकाम्या दिसत होत्या. गावातील गटारे साफ करण्याचे काम म्युनिसिपल कामगार जोरजोराने करीत होते. त्यामुळे गटारातील घाण पाणी कोठेही न तुंबता भर वेगाने वाहत होते. घराघरांतील नळाला पाणी येत होते. काही नागरिकांची तर पिंपे या पाण्याने भरून गेली. या सर्व प्रकारामुळे सर्वत्र हवालदिल वातावरण निर्माण झाले व आज आपल्या म्युनिसिपालिटीला झाले तरी काय, असे जो तो विचारू लागला. एवढ्यात, ही कामे करणे आमचे कर्तव्यच आहे, असे एक नगरपिते तावातावाने रस्त्यावर बोलताना आढळले, पण तो 'पिऊन' आला असावा अशी रास्त शंका लोकांना आली. त्यामुळे कोणीही त्याचे बोलणे तितकेसे मनावर घेतले नाही. मात्र हा काय प्रकार आहे याचे सर्वांनाच गूढ वाटले. संध्याकाळ होऊन अंधार पडल्यावर जिकडेतिकडे विजेचे दिवे लागले व एकही रस्ता अंधाराचा राहिला नाही, हे पाहून लोकांना बावचळल्यासारखे झाले. गावात जिकडेतिकडे कुजबुज सुरू झाली व प्रक्षोभ वाढू लागला. शेवटी नगरपित्यांनी आपापल्या वॉर्डात, घरोघर फिरून लोकांची समजूत घतली. हा 'एप्रिल फूल'चा प्रकार आहे हे लोकांना समजावून सांगितले, तेव्हा कोठे सगळ्यांचा जीव भांड्यात पडला. नगरपालिकेने सबंध गावाला 'एप्रिल फूल' करण्याचा हा प्रकार जनतेला फारच आवडला. पुढील वर्षी लोकांनी नगरपालिकेला बनविण्याचे ठरविले आहे. पुढच्या वर्षी एक एप्रिललाच थकलेली पाणीपट्टी (व भंगीपट्टी) सर्वांनी भरून टाकायची, तसेच व्यापाऱ्यांनीही जकात नाक्यावर आपला सगळा माल दाखवून कर भरायचा आणि अशा रीतीने म्युनिसिपालिटीला सर्वांनी मिळून 'एप्रिल फूल' करावयाचे असे ठरविण्यात येत आहे. त्या दिवशीच सरकारने नगरपालिकेच्या निवडणुकी ठेवल्यास कुणीही पैसे न खाता मते द्यायची व फक्त लायक उमेदवारांनाच निवडून देऊन नगरपालिकेला चांगलाच धक्का द्यायचा, अशीही योजना विचाराधीन आहे.

'एप्रिल फूल'चा दिवस कसा साजरा करावा यासंबंधी माझ्या डोक्यात अशा पुष्कळ नवीन नवीन कल्पना आहेत. त्यापैकी काही जरी प्रत्यक्षात आल्या तरी या कल्पकतापूर्ण प्रथेला नवा उजाळा दिल्यासारखे होईल.

☆

पुण्यातील उन्हाळा

'नेमेचि येतो मग पावसाळा, हे सृष्टीचे कौतुक जाण बाळा' असे आम्ही शाळेत पाठ केले होते. पावसाळा नियमितपणे येतो याचे खरोखरच त्यावेळी कौतुक वाटत असे, पण उन्हाळा आणि थंडी याही गोष्टी तितक्याच नियमितपणे येतात असे नंतर हळूहळू ध्यानात आले. उन्हाळ्यातच वसंत ऋतू वगैरे असतो, आंब्यांना मोहर येतो, कोकिळा ओरडू लागतात, हे सगळे खरे असते, पण पुष्कळदा कवी मंडळी सोडून बाकी कुणाचे तिकडे फारसे लक्ष नसते. मला तरी उन्हाळा आला की, पहिली जाणीव रसाची गुऱ्हाळे पाहून येते. 'देशबंधूंनो विचार करा, चहापेक्षा रस बरा' असे मार्मिक काव्य वाचल्यावर ग्रीष्म ऋतूला प्रारंभ झाल्याचे लक्षात येते. गारपणा येण्यासाठी रसात बर्फाचा उपयोग करतात. हळूहळू या बर्फाचे प्रमाण वाढत जाते. तसातसा उन्हाळा ऐन भरात आहे हे सतत मनावर ठसत राहते. काही गुऱ्हाळांत तर रसापेक्षा बर्फच विकतात अशी माझी कल्पना आहे. रसाच्या चरकाखाली काही ठिकाणी हा बर्फ ठेवलेला असतो. त्यामुळे रस आणि पाणी याचे प्रमाण सारखे होते. नंतर निम्मा ग्लास पुन्हा पांढऱ्या खड्यांनी भरतात. असला बर्फयुक्त रस पिऊन माझ्या एका अस्सल पुणेकर मित्राचे ऊस या वस्तूबद्दल फारच प्रतिकूल मत झाले होते. काहीतरी अत्यंत बेचव आणि पाणचट रस असलेली वनस्पती इतकीच त्याची उसाबद्दल कल्पना होती. अशा उसातून गोड साखर कशी तयार करीत असतील ही त्याची नेहमीची शंका. साखर कारखान्याबद्दल म्हणूनच त्याला फार कौतुक वाटे. एकदा गावाकडचा ऐनजिनसी रस त्याला पाजला तेव्हा त्याला फारच आश्चर्य वाटले. 'हा रस इतका का गोड लागतो?' असा भाबडा प्रश्न त्याने मला विचारला आणि रसाची मूळची चव अशी असते हे समजल्यावर चिकट झालेले तोंड त्याने बराच वेळ उघडलेच नाही. अशी ही बर्फाची गुऱ्हाळे! गार पाणी पाजून काहीतरी गोड सेवन केल्याचा आनंद देणारी!

उन्हाळ्याचे दुसरे महत्त्वाचे लक्षण म्हणजे शाळा-कॉलेजांतल्या परीक्षा. त्यानिमित्ताने अभ्यास या नावाची नवलाईची गोष्ट. रात्ररात्र जागून केलेली आलोचन जागरणे आणि दिवसाचा सोडा, चहा आणि सिगारेटी याचा वाढता खप. गाईड्स, नोट्स, गेस पेपर

इत्यादी वाङ्मय प्रकारांना येणारी भरती, ह्या या काळातील प्रमुख उलाढाली. कॉलेजातील तासांना हळूहळू लागलेली ओहोटी आणि खासगी क्लासेसना येणारी भरती. अभ्यासक्रमाबद्दल होणारा गंभीर विचारविनिमय. माझ्या एका मित्राचे विद्वान चिरंजीव तर या सुमारास आपल्याला यंदा अभ्यासासाठी कोणकोणती पुस्तके आहेत याची चौकशी जरा कुठे करू लागतात. मग एकदम गाईडे विकत घेतात. मूळची पुस्तके वाचायला त्यांना वेळ मिळत नाहीच. शेवटी त्याच्या वडिलांना एकदा कळवळून सांगावे लागले, ''बाळा, नेमलेली पुस्तके एकेकदा तरी वाचून काढ रे. म्हणजे गाईड वाचीत असताना तुला काहीच अडचण येणार नाही!''

कॉलेजातील अभ्यासाची ही जात शालेय जीवनात मुळीच नसते. सगळे मन लावून करायचे ते वय असते. वार्षिक परीक्षा म्हणजे केवढी मोठी गोष्ट वाटते. ती उत्सुकता, धांदल, परीक्षेपूर्वी आणि नंतर त्यासंबंधी चालणारी किलबिल हे सगळे पाहायला मिळाले की, त्या निरागस आनंदाचा हेवा वाटल्याशिवाय राहत नाही. याच दिवसांत परीक्षेला जाण्यापूर्वी मुले आई-बापाला नमस्कार करून निघतात. वडीलधाऱ्या मंडळींना नमस्कार वगैरे करण्याची ती जवळजवळ शेवटचीच वेळ असते. (आणि हे लक्षात आल्यामुळेच की काय, आई-बापांच्या डोळ्यांतही अश्रू उभे राहतात.) हा भाबडपेणा पुढे राहत नाही हे ठीकच आहे. एस्‌एस्‌सी या नावाची परीक्षा हा या मोसमातील सर्वांत महत्त्वाचा टप्पा. शाळाशाळांतून हजारो विद्यार्थी-विद्यार्थिनींचा लोटणारा ओघ, तत्पूर्वीचे शाळेतील निरोप समारंभ, ते गहिवर, पुढच्या कॉलेजजीवनसंबंधातील रंगीत स्वप्ने... या सगळ्या गोष्टींनी हा मोसम कसा बहरलेला असतो. परीक्षा जसजशा आटोपत येतात तसतशा पोरांच्या उनाडक्या सुरू होतात आणि मास्तर मंडळी पेपराच्या गठ्ठ्यात बुडून जातात. आठ-पंधरा दिवसांत सगळे गठ्ठे निकालात काढण्याची जबाबदारी असल्यामुळे मान वर करायला वेळ नसतो. एक अनुभवी परीक्षक परवा मला म्हणाले, ''या दिवसांत हातशिलाईच्या पद्धतीनं काम भागतच नाही. मशीनशिलाईच करावी लागते. उचल पेपर, तपास धडाधडा, कर बेरीज की फेक बाजूला! काही इलाजच नाही.''

कॉलेजच्या परीक्षांचे दिवस पुष्कळ पुढे असतात आणि त्या पोरांना त्याची फारशी चिंताही नसते. ती स्थितप्रज्ञच असतात. 'जो देगा उसका भला, न देगा उसका भी भला' असे म्हणणाऱ्या जातिवंत भिकाऱ्याप्रमाणे पास झालो तर आनंदच, नाही झालो तर त्यापेक्षाही आनंद अशी त्यांची मनोवृत्ती असते. पास झालो तर जूनमध्ये करायचे काय, हा प्रश्न त्याला बहुधा भेडसावत असावा. 'आपण यंदा ड्रॉप घेणार' या विचारापासून 'आपण साला नापास या वर्षी' इथपर्यंतचे सर्व क्रांतिकारक विचार आणि निर्णय ही मंडळी बेफिकीरपणे ऐकवतात. मी कॉलेजात असताना आमच्या एका दोस्तानं कमालच केली. वर्षभर धांगडधिंगा, चैन, मजा, गप्पाटप्पा

वगैरे. ऐन परीक्षेच्या आधी वडिलांचे कळवळून पत्र आले, "अभ्यास चांगला करावा. निदान सेकंड क्लासमध्ये यावं अशी आमची इच्छा आहे." परीक्षा सुरू झाली आणि स्वारी आजारी पडली. इतकी आजारी की शेवटी परीक्षा-बिरीक्षा संपल्यावर आम्ही एक-दोघांनी त्याला बरोबर घेऊन रेल्वेचा प्रवास करून घरी पोहोचवले. वाटेत त्रास होऊ नये म्हणून थर्डचे तिकीट न काढता सेकंडचे काढून बर्थवर झोपण्याची वगैरे सर्व व्यवस्था केली. घरी पोहोचल्यावर वडील आंबट चेहऱ्याने म्हणाले, "सेकंडनं आलात ना?" आम्ही मान हलविली तेव्हा ते म्हणाले, "चिरंजीवांचं आधीच पत्र आलं होतं. काय लिहिलं होतं माहीत आहे? मी निदान सेकंड क्लासमध्ये यावं अशी तुमची इच्छा होती. ती शिरसावंद्य मानून त्याप्रमाणं उद्या सेकंडक्लासमधून येत आहे!" विशी-बाविशीतल्या वयात जीवनातील कोणत्याही गोष्टीकडे निर्भयपणे पाहण्याचा हा दृष्टिकोन उत्कृष्ट असला तरी पालकाला तो बराच महाग पडतो. शाळेच्या वयात ही दृष्टी नसते.

परीक्षेइतकीच परीक्षेच्या निकालालाही फार किंमत असते. निकाल लागेपर्यंत प्रश्नपत्रिका पुन्हा पुन्हा वाचणे, मार्कांची अंदाजाने बेरीज करणे, पास होईनच असा मनाला धीर देणे, या गोष्टी चालू असतात. नापास झाल्याची भयंकर स्वप्ने याच दिवसांत पडतात. पुण्यासारख्या मोठ्या शहराच्या ठिकाणी नापास विद्यार्थ्यांसाठी शाळा विशेष सोय करते. निकालाच्या आदल्या दिवशी या 'हीरो'ला शाळेकडून प्रेमपत्र येते आणि नापास झाल्याची वार्ता आधीच सांगून उद्याच्या दिवसासाठी त्याचे मन घट्ट करून ठेवते. त्या दिवसाचा थाट पाहण्यासारखा असतो. सकाळपासून पोरे दबा धरून बसलेली असतात. पोस्टमनच्या पाळतीवर असतात. नेहमीच्या वेळेला पोस्टमनची मूर्ती गल्लीत दिसली की, टोळकेच्या टोळके त्याच्यामागून लळत-लोंबत चाललेले दिसते. कुणाकुणाच्या घरात स्वारी शिरते आणि शाळेचे कार्ड कुणाचे हातात पडते, यावर सगळा घोळका लक्ष ठेवून असतो. एकदा का आपल्या घराच्या पुढे स्वारी सरकली की, पितर स्वर्गात पोहोचल्याइतका आनंद. 'अरे, बंड्या लेकाचा गचकला' हे सहानुभूतीचे उद्‌गार तोंडातून निघाले तरी एकंदरीत आनंदी-आंनदच! मग दुसऱ्या दिवशी आत्मविश्वासाने शाळेची स्वारी करून मार्कांचे पत्रक विजयी वीरांच्या आवेशात घरी घेऊन यायचे. उन्हाळ्याच्या दिवसांत परीक्षांना आणि नंतर निकालाला फुटलेली ही पालवी पाहून मन तृप्त होऊन जाते.

पण उन्हाळा सुरू झाल्याची खरी जाणीव 'पाहुणा' या प्रकारामुळे जितकी होते तितकी क्वचितच इतर गोष्टीमुळे होत असेल. पुणे हे मध्यवर्ती शहर वधू-वरांची फार मोठी उतारपेठ असल्यामुळे या दिवसांत पाहुण्यांच्या धाडीच्या धाडी कोसळतात. ढेकूण आणि पाहुणा यांनी प्रत्येक घर भरून जाते. नातेवाईक, इष्टमित्र, सोबती, परिचित, अपरिचित– सगळ्यांनाच कुणा ना कुणाची तरी प्रेमळ आठवण होते

आणि मंडळींची एंट्री हळूहळू होऊ लागते. एक पाहुणा जातो न जातो तोच दुसरा दारात पिशवी घेऊन हजर. इतकेच नव्हे तर एक घरात असेपर्यंत दुसरा अवतीर्ण होतो. त्यांच्या आनंदी मुद्रेने आणि किलबिलाटाने घराचे अगदी गोकुळ होऊन जाते. पोराबाळांसहित आलेला एखादा सधेनू व सवत्स पाहुणा असेल तर मग प्रश्नच नाही. कुणी आपल्या बबडीला स्थळ व पोराला प्रेक्षणीय स्थळ दाखवायला येतात. कुणी मुंबईच्या अगर कोल्हापूरच्या वाटेवर विश्रांती म्हणून उतरलेले असतात. 'म्हटलं बरेच दिवस गाठ नाही. समाचार घेऊन जावं' हा प्रेमळ मंत्र सगळ्यांच्या मुखी असतो. जेवणाखाण्याचा प्रश्न नसतोच. यजमानापेक्षा पाहुण्यांचाच हात जोरात चालावा यात काही आश्चर्य नाही. 'काय तुमच्या पुण्याची हवा! छे! जरा हिंडून फिरून आलं की, कडकडून भूक लागते बघा!' असा अभिप्राय मान डोलवीत व्यक्त होतो आणि आपल्यालाही पुण्याची हवा इतकी चांगली असल्याबद्दल पश्चात्ताप होतो, पण आपल्या पश्चात्तापाबद्दल उपयोग काहीच नसतो. 'चला पर्वतीवर. पोरांना जरा पर्वती दाखवून आणू.' असा आपल्याला आग्रह होतो. त्या प्रकारात वेळ आपला जातो आणि भूक पाहुण्यांना लागते. आज सारसबाग, उद्या शनिवारवाडा असे करीत करीत आठवडा हा हा म्हणता खलास होतो आणि पुण्यात इतकी प्रेक्षणीय स्थळं असावीत याचा आपल्याला संताप येऊ लागतो. याच सुमारास रेल्वे आणि एस.टी. ही पाहुण्यांना फितूर होते. आठ-आठ दिवसांची रिझर्व्हेशन संपली आहेत ही माहिती पाहुणा मोठ्या आनंदी मुद्रेने आपल्याला सांगतो आणि आपले तोंड खेटर मारल्यासारखे होते. आमच्या एका मित्राचे एक पाहुणे तर फारच नामांकित निघाले. रिझर्व्हेशन्स मिळत नाहीत हे पाहिल्यावर ते संतापाने म्हणाले, "बस बस! या रिझर्व्हेशनच्या मागे शहाण्याने कध्धी लागू नये. मी तर आता साफ ठरवलंय–"

मित्राला मोठी आशा वाटली. आता हे पाहुणे पायीच चालत जायचं म्हणतात की काय या विचाराने त्याला गुदगुल्या होऊ लागल्या, पण चेहरा गंभीर ठेवून त्याने आशाळभूतपणे विचारले, "काय, काय ठरवलंय तुम्ही बाबूकाका?"

बाबूकाका संतापाने म्हणाले, "अरे काय रेल्वे आहे का सोंग? अन् एस.टी.ला तरी काय भयानक गर्दी! बस्स! आज ठरवून टाकलं–"

"तेच विचारतोय, काय ठरवलंत?"

"ही गर्दी संपेपर्यंत आता त्या दिशेला फिरकायचं म्हणून नाही. जाऊ सावकाश आपण गावी. इतके दिवस राहिलो. आता आणखी आठ-पंधरा दिवसांनी काही मी मरत नाही."

बाबूकाकांचे हे बोलणे ऐकून मित्राची मात्र प्राणांतिक अवस्था झाली. काय बोलावे हे सुचेना. त्याची बोबडीच वळली. तरी पण धीर करून तो म्हणाला, "पण

बाबूकाका, बायकामुलं तिकडं मिरजेला अन् तुम्ही इकडं. त्यांना तुमची सारखी आठवण येत असेल नाही?''

बाबूकाका एकदम आठवल्यासारखे करून म्हणाले, ''होय की, तेही खरंच–''

''मग?'' मित्राच्या मुद्रेवर पुन्हा टवटवी आली.

''आता असं करतो–'' बाबूकाका विचार करून म्हणाले, ''तुम्ही म्हणालात ते अगदी खरं. पोरांना सारखी माझी आठवण येत असणार. आजच्या आज त्यांना पत्र टाकतो अन् इकडंच बोलावून घेतो म्हणजे झालं!''

आमच्या या मित्राचे पुढे काय झाले ते मी सांगितलेच पाहिजे काय?

★

जातीय दंगली : काही विचार

'जातीय दंगली' हल्ली पुष्कळच चालल्या आहेत आणि त्यामुळे देशातील राज्यकर्ते आणि विचारवंत नेहमीप्रमाणे अस्वस्थ झाले आहेत. 'राष्ट्रीय एकात्मता' नावाची वस्तू हस्तगत करण्यासाठी कोणत्या मार्गाने जावे याचा विचारविनिमय गंभीरपणे सुरू आहे. हे सगळे नेहमीचेच आहे. पहिल्यांदा 'जातीय' नावाखाली मोडणाऱ्या दंगली कुठल्या तरी गावात होतात. एक जमात दुसऱ्या जमातीवर हल्ला चढविते. काही पूजास्थाने, प्रार्थनास्थाने यांच्यावर दगडफेक होते. क्वचित त्यांची जाळपोळही होते. या दोन जमाती कोणत्या आणि कुणी कुणावर हल्ला केला हे वृत्तपत्रात लवकर प्रसिद्ध होतच नाही, कारण तसे झाले तर या दंगलीचे लोण दुसरीकडेही पसरेल अशी सरकारला भीती वाटते. म्हणून बातम्या मोघम देण्यात येतात. आपण वाचकांनी 'गाळलेले शब्द भरा' हे कोडे सोडवताना जी बुद्धी वापरतो, तीच येथे वापरावयाची असते. यात फारसे डोके खाजवावे लागत नाही. शिवजयंतीच्या मिरवणुकीवर हल्ला असे म्हटल्यावर ही मंडळी कोण हे ध्यानात येतेच. 'पूजास्थान', 'प्रार्थनास्थान' या शब्दामागचेही रहस्य उलगडू लागते. अगदी सोपे आहे. सरकारलाही समाधान वाटते की, बातम्यांचा भडकपणा आपण टाळला आणि वस्तुस्थिती ताबडतोब समजल्यामुळे आपणालाही समाधानाचा ढेकर येतो. येऊन जाऊन कोणत्या जमातीची किती माणसे मेली, किती घायाळ झाली, किती कुटुंबे गाव सोडून गेली आणि जळालेल्या दुकानांची संख्या किती हे समजायला मात्र थोडा वेळ लागतो, पण चाणाक्ष वाचकाला तेही अदमासाने ताडता यायला हरकत नाही. पाकिस्तान रेडिओ एकसारखा ठणाणा करू लागला की, पाणी मुरते आहे हे ओळखावेच, पण पंतप्रधानांपासून सर्व सत्ताधारी पक्ष हादरला असेल, तर मग खूणगाठ बांधायला हरकत नाही की, या प्रकारात अल्पसंख्य नावाच्या गरीब जमातीचेच जास्ती नुकसान झाले असावे. त्यांनी भराभरा निषेध प्रकट केले आणि पत्रके काढली की, या जमातीने बराच चोप खाल्ला असावा असे पक्के समजण्यास हरकत नाही. पंतप्रधानांनी आणि वरच्या बड्यांनी त्या भागात पायधूळ झाडली आणि (मुख्य म्हणजे) सरकारच्या लाडक्या मुसलमान मंत्र्यांनी दंगलग्रस्तांची जातीने

विचारपूस केली, असे वृत्त प्रसिद्ध झाले की, मग खात्रीच पटते. याउलट एखाद्या गावी दंगल होऊनही वरच्या लोकांनी त्याची फारशी दखल घेतली नाही तर मग हिंदूंनी मार खाल्ला असे समजण्यास मुळीच हरकत नाही. नुकसानभरपाई मिळण्यास ताबडतोब सुरुवात झाली नाही तर मग वरील अंदाज अगदी पक्का!

ते असू द्या. प्रश्न राष्ट्रीय एकात्मतेचा आहे. ही एकात्मता साधली पाहिजे एवढे खरे. आपण एका राष्ट्राचे नागरिक म्हटल्यावर आपापल्यात भांडणे ही गोष्ट बरी नव्हेच. त्यातून धर्माच्या नावाखाली या मारामाऱ्या करणे वाईटच. म्हणून एकात्मता साधेल तितकी चांगलीच. परवाच वाचले की, अशा दंगली पुन्हा होऊ नयेत म्हणून आता सरकारने कडक उपाय योजावयाचे ठरवले आहे. त्यातील एक उपाय असा की, ज्या गावी दंगल होईल त्या गावावर सामुदायिक दंड बसवावयाचा आणि तो सक्तीने गोळा करायचा. कल्पना काही वाईट नाही, कारण दंग्याच्या बाबतीत नेहमीच एक गोष्ट घडते. (निदान पुढारी मंडळी तसे सांगतात) ती ही की, अशा दंगलीत निरपराध माणसे मारली जातात आणि गुंड नेमके सुटतात. गोष्ट बहुधा खरीच असली पाहिजे! कारण या जगात जे निरपराध असतात ते बहुधा बावळट असतात. जगावे कसे याची त्यांना अक्कलच नसते. ते मारले जाणार नाहीत तर मग काय होणार? गुंड लोक हे तर बोलून-चालून गुंड. ते निसटणारच, कारण निसटण्याची कला त्यांना सफाईदारपणे येत असते. हे जर खरे असेल तर सामुदायिक दंडाची कल्पना स्वीकारली पाहिजे. हा दंड सरकारने बसविला तर कोणीच कुरकुर करण्याचे कारण नाही, कारण तो निरपराध लोकांवर मुळीच बसणार नाही. निरपराध लोक मारले गेलेले असतात. दंड हा या दंगलीतून निसटलेल्या लोकांवरच बसवायचा ना? मग निसटलेले लोक हे पक्के गुंड असे एकदा ठरल्यावर त्यांना दंड करावयाचा नाही तर कुणाला करावयाचा? किंबहुना केवळ दंडावर या चोरांचे भागणार म्हणजे गुन्ह्याच्या मानाने फारच कमी शिक्षा म्हटली पाहिजे. मला तर वाटते की, सरकारने हा दंड बसवावाच आणि जिवंत राहिलेल्या माणसांनी तो बिनतक्रार देऊन टाकावा. उगीच कटकट करू नये!

जातीय सलोख्याचा प्रश्न एकूण बिकटच आहे. नुसत्या दंडाने तो सुटेल असे दिसत नाही. सरकारने आणखीही काही उपाय योजावयाचे ठरवले आहेत हे फारच छान आहे. परवाच कुणीतरी वर्तमानपत्रातील बातमी सांगितली. विद्यार्थी दशेतच मुलांच्या मनावर या गोष्टीचे संस्कार व्हावेत म्हणून सरकार सर्व क्रमिक पुस्तकांची सूक्ष्म तपासणी करणार आहे. क्रमिक पुस्तकातील धड्यात जातीय सलोख्याचा विघातक असा काही मजकूर आहे काय? कोणाच्या नाजूक धर्मभावना दुखावतील असे काही कोठे छापले आहे काय? सगळ्या मजकुराची या दृष्टीने कसून तपासणी होणार आहे. ही कल्पना काही वाईट नाही. आपल्याकडे या धोरणाला अनुसरून

प्रकाशक लोक आधीच आपल्या पुस्तकात सेक्युलर मजकूर घालीतच असतात. अगदी मराठी पहिलीच्या पुस्तकातसुद्धा 'बबन, हरण बघ.', 'छगन, हरण बघ' या वाक्याबरोबरच 'हसन, गवत धर' अशी वाक्ये धड्यात असतातच. 'ग-गणेश' या खुणेला मध्य प्रदेश सरकारने यासाठीच बंदी घातली होती. बरोबरच आहे. 'ग-गणपतीचा' असे सर्वच लहान मुलांनी पाठ करणे हे जातीय ऐक्याला आड येणारे आहे. म्हणून या सरकारने आपल्या क्रमिक पुस्तकात 'ग-गधा' असा बदल करून गणपतीच्या ऐवजी गाढवाची खूण छापली. गणपती हे एका जमातीचे दैवत. याचे नाव घेताना कुणाच्या तरी भावना दुखावणारच. उलट गाढव हा प्राणी हिंदू आहे अथवा मुसलमान आहे हे कुणीही सांगू शकणार नाही. तो सर्व धर्माच्या पलीकडे गेलेला, सर्वांना सारख्याच लाथा मारणारा, सेक्युलर प्राणी आहे. यात कोणाचे दुमत होईल असे मला वाटतच नाही. म्हणून मध्य प्रदेश सरकारने केलेला हा बदल नुसताच स्पष्ट आहे असे नव्हे, तर अनुकरणीय आहे असे म्हटले पाहिजे. या दृष्टीने आपल्या सरकारने अगदी मुळापासून क्रांती करून टाकावी असे मला वाटते. 'ऋ-ऋषीचा' आता नको, कारण ऋषी हा प्राणी सध्या सापडत नसला तरी तो आहे धार्मिकच. (दाढीमुळे तो निधर्मी वाटण्याचा संभव आहे. म्हणून मुद्दाम हा इशारा.) त्याऐवजी 'रू-रूक्साना' किंवा 'रूसी टोपी' चालेल काय? चालत नसल्यास 'ऋ' हे अक्षर मुळातच कपात केलेले बरे! 'ज्ञ-यज्ञातला' नको. तसेच 'गाय-' ही नको, कारण गाय हा प्राणी फारच ज्वालाग्राही आहे असे दंगलीचा अभ्यास करणाऱ्यांचे मत आहे. ही वस्तू जरा धक्का लागल्याबरोबर पेट घेते. तसेच 'क्ष-यक्षातला' हे प्रकरणही नको, कारण यक्ष-किन्नर हे प्राणीही एकाच जमातीच्या कल्पनेतले आहेत. भ-भटजीचा चालणार नाही हे आता निराळे सांगायला हवे काय? या सगळ्या कल्पनांऐवजी निराळ्याच कल्पना किंवा शब्द त्या ठिकाणी घालून नवी निधर्मी मुळाक्षरे तयार केली पाहिजेत. वाटल्यास संपूर्ण मुळाक्षरेच नवीन नवीन बनविता आल्यास उत्तम. त्या दृष्टीने मला काही मुळाक्षरांच्या कल्पना सुचल्या आहेत. सरकारने त्यांचाही थोडा विचार केला तर बरे होईल. नमुना म्हणून काही अक्षरे सांगू काय?–

'स रे समईतला' ही कल्पनाच मुळी मध्ययुगीन आणि प्रतिगामी आहे. त्याऐवजी 'स रे समाजवादातला', 'र रे रशियातला' या कल्पना कितीतरी आधुनिक आणि पुरोगामी आहेत. समाजवाद तर मुलांना लहानपणापासूनच माहीत पाहिजे. (आपल्या पंतप्रधानांना तर बाराव्या वर्षापासूनच समाजवादाची भाषा कळत होती असे त्यांनीच सांगितले आहे. आपण आता पाचव्या-सहाव्या वर्षापासून सुरुवात केलेली बरी. बाराव्या वर्षी लोकशाही समाजवाद हा नवा शब्द मुले शिकतील! असो.) फणसातला 'फ' फारच काटेरी आहे. शिवाय त्यामुळे जातीय सलोखा

वाढेल तो निराळा. 'झाडातला झ' ऐवजी 'झकेरियातील झ' जास्त मार्मिक नाही काय? मी हे शब्द केवळ नमुन्यादाखल दिले आहेत. त्यात कुणी जिज्ञासू शिक्षणतज्ज्ञाने लक्ष घातले तर उत्तमच, पण नव्या मुळाक्षराची आजकाल फार गरज आहे यात काही शंका नाही. नवी समाजवादी (व निधर्मी) मुळाक्षरे तयार केल्यास जातीय ऐक्याचा पायाच तयार होईल. मुलांच्या डोक्यात धर्माबिर्माच्या भागनडी येणार नाहीत. सबगोलंकार होऊन जाईल आणि त्यातून भावी निधर्मी, लोकशाही मनोवृत्तीच्या समाजवादी समाजरचनेसाठी (अबबऽऽ) धडपडणारी मुले तयार होतील अशी आशा बाळगण्यास पुष्कळ जागा आहे.

★

गणेशोत्सवाविषयी थोडेसे

गणपतीचे उत्सव नुकतेच आटोपले. रात्र-रात्र जागणारे रस्ते शांत झाले. दूरध्वनिक्षेपकांच्या किंकाळ्या बंद पडल्या. फुकट करमणुकीसाठी भटकणारे लोकांचे तांडे आता दिवसभर दिसणार नाहीत. सगळ्या गल्ल्या, आळी, बोळ, वसाहती, रस्ते पूर्णपणे शांत झाले! 'सारे कसे शांत, शांत!' असे सगळ्यांना वाटत असेल! 'गणपती बाप्पा मोरया, पुढच्या वर्षी लवकर या' असे म्हणत म्हणत गणपती पाण्यात बुडवून आलेल्या काही उत्साही वीरांना मात्र आता चैन पडत नसेल. गेले काही दिवस त्यांचे नुसते हुरहुरीने गेले असतील, पण तुम्ही-आम्ही गरीब बिचारे सभ्य नागरिक सालाबादप्रमाणे वर्गणी देऊन सालाबादप्रमाणेच झोपमोड झाल्याबद्दल शिव्या घालणार. आता उत्सव संपला. ती धावपळ, तो गडबड-गोंधळ, ते बायकांचे किंचाळणे, भावगीतवाल्यांचा तो बायकी आवाज, त्या दहशतवादी नकला, त्या भीषण डान्सिंग पार्टीज— मित्रहो, आता सगळे संपले आहे! गणपतीच्या आघाडीवर सगळी सामसूम आहे. आता निश्चिंत मनाने झोपा. विश्रांती घ्या. रात्री दचकून उठण्याचे आता काहीच कारण नाही. सगळा उत्साह संपला आहे. मंगल कार्याचा उसना महापूर ओसरला आहे. आता स्वस्थ चित्ताने झोप घ्या.

आजकालचे हे गणपती उत्सव पाहिले म्हणजे असाच दिलासा मिळतो. लोकमान्य टिळकांनी समाजात जागृती करावी म्हणून ही प्रथा पाडली असे शहाणे लोक सांगतात, पण आता ही जागृती भलतीच झाली आहे. आता कार्यक्रमासाठी मंडपात गोळा झालेले लोक झोपतात आणि आसपासच्या घरातले लोक मात्र रात्रभर जागे राहतात, असा अनुभव येतो. या कार्यक्रमाचा आता ठराविक साचा बनलेला आहे. नारळी पौर्णिमा उलटते न उलटते तोच गल्लीतली उत्साही मंडळी घरी हेलपाटे घालू लागतात. ती वर्गणी चुकविणे आपल्याला कधीच शक्य होत नाही. पैसे देऊन दहा दिवस हा ताप आपण का सहन करावयाचा, असा घोर प्रश्न आपण त्यांना विचारू शकत नाही. एकाच गणपतीची वर्गणी द्यावी लागली तर तुम्ही नशीबवान. बहुधा दुसरा एखादा जवळपासचा ताफा येतो आणि तोही हात पसरतो. 'आम्हीही गणपती बसवायचा ठरवलाय. उत्साही माणसं आहेत. तुम्ही नाही दिलंत

तर मग कोण देणार? तरुण माणसांना उत्तेजन द्यायलाच पाहिजे. यंदा कार्यक्रम चांगले करायचे ठरवलंय आम्ही!' या शब्दांनी तुमच्या मोठेपणाला आवाहन केले जाते! तुम्ही नाही म्हणणे शक्यच नसते. त्यातल्या त्यात एखाद-दुसऱ्या रुपयात हे प्रकरण मिटविण्यासाठी तुमची चुळबुळ चाललेली असते, पण त्यापाठोपाठ लहान मुलांचा तांडा येतो. 'आम्ही मुलामुलांनी गणपती बसवायचा ठरवलाय!' इथून त्यांच्या नाटकाला सुरुवात होते. त्यांचे बोलणे इतके लाघवी असते की, तुम्ही नकारघंटा वाजवू शकत नाही. एकदा वर्गणी मिळाल्यानंतर मात्र ही मंडळी जी बेपत्ता होतात ती पुढच्याच वर्षी भेटतात. उत्सवाच्या मंडपात त्यांचे दर्शन झाले तर गणेशाच्या दर्शनापेक्षाही अधिक आनंद! कार्यक्रमाची छापील पत्रिका तुमच्या घरात पडली तर मग तुम्ही फारच भाग्यवान!

अर्थात या पत्रिकेची गरज आपल्याला असतेच असे नाही, कारण या उत्सवात काय काय कार्यक्रम होणार याची आपल्याला पूर्ण कल्पना असते. पहिल्या दिवशी 'श्रींची स्थापना' नावाचा अतिउत्साही कार्यक्रम असतो. त्या दिवशी श्रीगणेशाला दुकानदाराच्या देखरेखीखालून सोडवून आपल्या तावडीत आणण्यात येते. याप्रसंगी मिरवणूक काढण्याचीही चाल आहे. क्वचित कोठे बँड वगैरेही लावून गजाननाच्या चित्ताला संतोष प्राप्त व्हावा अशी खटपटच केली जाते, पण तोपर्यंत गजाननाची 'प्राणप्रतिष्ठा' झालेली नसल्यामुळे त्याची वाचा बंदच असते आणि मुद्राही मख्ख दिसते. भटजींनी एकदा का प्राणप्रतिष्ठा केली की, मग त्याच्या अंगात खरे चैतन्य संचारते आणि लोकांची पापे पोटात घालण्यासाठी त्याची पूर्वतयारी होते. हा एकच दिवस त्याला (आणि आपल्याला) विश्रांती मिळते. त्याच एका दिवशी जी काही झोप त्याला लागत असेल तेवढीच! काही काही ठिकाणी पहिल्याच दिवशी रात्री कार्यकर्त्यांची टोळकी चहा-चिवडा खात बसतात आणि आपल्याबरोबर श्रीगणेशालाही पहिले जागरण घडवितात. (दुःखात सुख एवढेच की, निदान गल्लीतली कुटुंबवत्सल मंडळी त्या दिवशी शांत झोप घेऊ शकतात! ते असो.) मग कार्यक्रमाची गर्दी उसळते. सकाळ-संध्याकाळी श्रींची आरती आणि प्रसाद असतो. मुख्यत: कार्यकर्ते आणि लहान बालके यांच्यासाठी असतो. कार्यक्रमाला प्रतिष्ठितपणा असावा म्हणून या कार्यक्रमाला एखाद्या विद्वान वक्त्याचे भारदस्त भाषण टाकलेले असते. हा विद्वान वक्ता निर्ढावलेला नसेल तर खूप तयारी करून येतो, पण ते ऐकण्याची जनतेची इच्छा मात्र अजिबात दिसत नाही. ही जनता अशा कार्यक्रमाच्या वेळी नेमकी कोठे गडप होते हे काही कळत नाही. नाही म्हणायला घरी झोप येत नाही म्हणून दहा-पाच वृद्ध मंडळी, चार-दोन भोळसट बाया, दहा-पंधरा पोरे एवढा लवाजमा 'श्रोते' या नावाखाली तेथे गोळा झालेला असतो. पोरांना कसलाच उद्योग नसल्यामुळे व उत्सवाच्या नावाखाली रात्र-रात्र उनाडक्या करायला मिळत असल्यामुळे त्यांचा

संच हजर असतो, पण भाषण सुरू झाल्यानंतर दहा मिनिटांनी त्यांचा त्यातील 'इंटरेस्ट' खलास होतो. मग त्यांचा विद्वान वक्त्यांच्या देखत हुतूतू, लपंडाव असा जो खेळ सुरू होतो तो मोठा पाहण्यासारखा असतो. काही वेळेस हा खेळ इतका तल्लीनतेने खेळला जातो की, आपण भाषण करायला आलो आहोत की, खेळाचे पंच म्हणून आलो आहोत याची पाहुण्याला पंचाईत पडते. पेन्शनर मंडळी खांब, भिंत धरून बसलेली असल्यामुळे त्यांचे डोळे मिटलेले राहणे अगदी स्वाभाविक असते. अर्थात त्यामुळे ही मंडळी एकाग्रचित्ताने भाषण ऐकत आहेत असेही पाहुण्याला वाटते व त्याचे समाधान होते. स्वयंसेवक मंडळींत तरुण मुले व मुली असतात. त्यांच्यापैकी एखाद-दुसरी गणपतीच्या कृपेने बऱ्यापैकी असली तर स्वयंसेवक तरुण वर्ग सर्वच्या सर्व हजर असतो. ती कार्यकर्ती निघून गेल्यावर तोही अदृश्य होतो. उत्सवाचे चिटणीस आता कॉफीपानाची व्यवस्था बघत असतात. त्यामुळे कार्यक्रमाला एकदा सुरुवात करून दिल्यावर मग 'आपले कर्तव्य आपण बजावले' या आनंदात ते आतच असतात. व्याख्यानाच्या शेवटी शेवटी तर गणपती धरून दहा-बारा मंडळी मंडपात राहिली तरी पुष्कळ झाले अशी अवस्था असते. तरीही वक्त्याचा वेळ हा अमूल्यच असतो. त्याने ज्ञानदानाचे पवित्र कर्तव्य बजावलेले असते आणि म्हणून त्याचे दणदणीत सुरात आभार मानले जातात.

'करमणुकीचे कार्यक्रम' ही खरी उत्सवाची शोभा. काही पुढाऱ्यांची भाषणे हीही करमणुकीच्या सदरात कोठे कोठे घालतात असे म्हणतात, पण तो भाग सोडा. गाणे बजावणे, नकला, सिनेमे, नृत्य, नाटकेफिटके ही खरी या कार्यक्रमाची मजा. आज भावगीत गायकांची कळा गेलेली आहे. एके काळी भावगीत गायक हा कौतुकाचा विषय होता. त्याचे नाजूक स्वरातील बायकी दळण ऐकणे सबंध उत्सवातले एक मोठे आकर्षण असे. मधूनमधून चिठ्ठ्या-चपाट्या, फर्माईश, गीताचे नाव सांगितल्यावर मिळणाऱ्या टाळ्या... हा सगळाच प्रकार गायकाचे मनोधैर्य वाढविणारा ठरत असे. तरुण मंडळींची गर्दी अर्थातच अशा कार्यक्रमाला ठरलेली. हाच तो कार्यक्रम नेत्रकटाक्ष टाकण्याचा, वाह्यात मल्लीनाथी करण्याचा, जमल्यास लगट करण्याचा आणि जमल्यास जमविण्याचाच! हा कार्यक्रम पार पडला आणि कुजबुज करावी असे काहीच घडले नाही म्हणजे कसे चमत्कारिक वाटते! पुढे महिना-दीड महिना गल्लीतल्या मंडळींना चकाट्या पिटायला विषय याच वेळी मिळतो. शास्त्रोक्त संगीताला मात्र श्रोत्यांची गर्दी एकदम हटते. पोरे-बाळे भिऊन मंडपाकडे फिरकतच नाहीत. काही 'समजदार' पाच-सात मंडळी पुढे सतरंज्या धरून बसतात आणि बाकीचे, 'शास्त्रोक्त संगीत आम्हालाही आवडते बरे का... अमका अमका मी अगदी पुढे बसून ऐकला–' हे सांगण्यासाठी जिवाचा धडा करून वेळ काढीत असतात. या गवयालाही या कार्यक्रमाची जात ओळखीची असते.

त्यामुळे खालच्या या भानगडीकडे तो फारसा वळतच नाही. एखादा ख्याल झाला की, लगेच नाट्यसंगीत, भजन, गौळण, गझल, तराणा असल्या चीजा काढून तो श्रोत्यांना संतुष्ट करतो. गवईबुवांच्या रेकण्यामुळे गणपतीचे डोळे तारवटल्यासारखे दिसतात. गल्ली त्या रात्री सबंध जागीच असते! त्यांच्या पोटातला धसका पुढे दोन दिवस तरी कायम असतो. एका गवईबुवांच्या गाण्याच्या वेळी बकरीताना मारल्यामुळे आशीर्वादासाठी धरलेला वरदहस्त गणपतीने मारुतीसारखा वर उगारला होता अशीही आख्यायिका कोठे कोठे सांगतात!

गल्लीतली किंवा कॉलनीतली सर्व मंडळी ज्यात भाग घेऊ शकतात असा एकच कार्यक्रम सबंध उत्सवात असतो. तो म्हणजे पुरुषांसाठी पानसुपारी व स्त्रियांसाठी हळदीकुंकू हा होय. तेवढीच चोराची लंगोटी या न्यायाने अनेक पुरुष मंडळी या पानसुपारीला जातात असे ऐकिवात आहे. महिलांसाठी हळदीकुंकू हा कार्यक्रम मात्र आकर्षक असतो आणि तो पाहण्यासाठी काही पुरुषवर्गही जवळपास घोळत असतो. याही कार्यक्रमाला प्रेक्षक म्हणून आपल्याला का बोलवीत नाहीत या प्रश्नाने तरुणवर्ग बैचेन असतो. यावेळी स्वयंसेवकांच्या उत्साहाला विशेष उधाण येते. एके ठिकाणी तर महिलांना हळदीकुंकूसुद्धा आम्ही द्यायला तयार आहोत असा प्रेमळ हट्ट तरुण स्वयंसेवकांनी धरला होता असे म्हणतात. याशिवाय नकला, सिनेमा शो, गल्लीतल्या हौशी कलावंतांनी बसवलेले नाटक नावाचा तीन तास चालणारा एक अभिनव प्रकार, लहान मुलांचे संवाद, नाटिका, मुलांच्या व महिलांच्या स्पर्धा आणि बक्षिसे इत्यादी अनेक प्रकार या उत्सवात धडाधड होऊन जातात. नकलांचे स्थान नेहमी व्याख्यानानंतर असते. त्यामुळे व्याख्यानाला बरीच गर्दी होऊन वक्त्याला बोलायला उत्साह चढेल अशी अपेक्षा असते, पण पुष्कळदा ही गर्दी व्याख्यान संपता संपतानाच व्हायला लागते आणि व्याख्यान लांबलेच तर ती आरडाओरड करू लागते. हौशी कलावंताच्या नाटकात सगळेच काही असते. त्यात काम करणाऱ्या बायका एखाद्या लग्नाला निघाल्याप्रमाणे नटलेल्या असतात आणि हौशी नटही दर अंकाला सूट बदलून छाप मारण्याचा प्रयत्न करतो. या नाटकात मुख्य भिस्त प्रॉम्टरवरच असते. त्याचे काम चोख झाले म्हणजे काही काळजी नसते. इतके करूनही काही हौशी मंडळी आपल्या नकला विसरतात आणि एकमेकांकडे नुसते पाहत उभे राहतात. कुणी दोन पाने ओलांडून एकदम तिसऱ्या पानावर उडी मारतो व तेथून पुढील संवाद सुरू करतो. तरीही बऱ्याच जणांना उत्तेजनार्थ पारितोषिक वगैरे मिळतात. सिनेमा-शोमधील निम्मा वेळ पडदा नीट लावण्यात जातो व बाकीचा वेळ प्रेक्षकांना शांत बसविण्यात खर्च होतो, पण तरीही सिनेमा-शो होतो आणि प्रेक्षकवृंद संतुष्ट होऊन घरोघर जातात.

जाऊ द्या. प्रिय वाचक, उत्सव संपलेला आहे आणि तुमचे-आमचे चित्त स्वस्थ

झालेले आहे. गल्लीत, कॉलनीत आता शांतता आहे. विसर्जनाच्या दिवशी जो गोंधळ झाला तेवढाच! आता वर्षभर तरी काही कटकट नाही. आता सुखाने झोपा. 'पुढच्या वर्षी लवकर या' असे म्हटलेच असले तरी मोरया बाप्पा ठरलेल्याच वेळी येणार आहे!

★

लढाईची खुमखुमी

गोष्टी हा प्रकार नेहमीच फार फार वर्षांपूर्वीचा असतो. आमचीही ही गोष्ट त्यामुळे अर्थातच फार फार वर्षांपूर्वी घडली. अशा जुन्या गोष्टी राजाश्रयाशिवाय कशा घडणार? याही गोष्टीचा नायक एक राजाच होता. त्याचे राज्य विशाल होते. खजिन्यात चिक्कार संपत्ती होती. लोक नेहमीच खाऊन-पिऊन सुखी असतात. या राज्यातले लोकही तसेच सुखी होते. कुणाला काहीच कळत नसल्यामुळे राज्यकारभार सुरळीतपणे चालू होता.

फक्त एकच न्यून होते.

अशा गोष्टीत जे न्यून असते ते मात्र या राज्यात नव्हते. राज्याला भरपूर संपत्ती होती. त्याला खूप बायका असल्यामुळे साहजिकच राजपुत्र आणि राजकन्या यांची वाड्यात गर्दी उसळलेली होती. राजपुत्र कोणता आणि सेवक कोणता, राजकन्या कोणती आणि दासी कोणती, हे ओळखणे अवघड जावे, इतकी त्यांची गर्दी झालेली होती. म्हणजे पोटी संतान नाही हे नेहमीचे दुःख येथे नव्हते; उलट इतक्या संतानांचे काय करायचे हाच प्रश्न राजासमोर उभा होता. 'यथा राजा तथा प्रजा' हे सुभाषित तर प्रसिद्धच आहे. मग या राजाची प्रजा त्याला अपवाद कशी असणार? प्रजेमध्येही भरपूर वाढ होत होती. कोठेही काहीही कमी नव्हते. फक्त एकच गोष्ट राजाला खटकत होती.

लढाई म्हणजे काय हे त्याला अजिबात ठाऊक नव्हते.

गेल्या दोन-तीन पिढ्यांत लढाई अशी कधी झालीच नव्हती. सर्वत्र शांतता होती. कोठेही दोन राष्ट्रांमध्ये वैर उत्पन्न झाले आणि त्यामुळे युद्ध झाले हा प्रकार पाच-पन्नास वर्षांत कधी घडलेला नव्हता. म्हणून एकदा लढाई व्हावी असे राजाला फार वाटत होते. सैनिकांच्या वीरगर्जना, तलवारींचा खणखणाट, तोफांचा गडगडाट, भाल्यांचा चमचमाट या गोष्टी डोळ्यांनी पहाव्या आणि धन्य व्हावे अशी त्यांच्या मनात इच्छा उत्पन्न झाली होती; पण तसे काही घडेल असे दिसेना तेव्हा त्यांनी आपल्या प्रधानांना बोलावले व त्यांचा सल्ला विचारला.

मुख्य प्रधान गंभीरपणे म्हणाले, ''महाराज, लढाई सुरू करायची असेल, तर

ती परराज्याशी करावी लागते. दुसरी गोष्ट त्यासाठी काहीतरी भांडणाचं निमित्त काढावं लागतं. सध्या तसं काही निमित्त मला तरी दिसत नाही.''

महाराज म्हणाले, ''निमित्त नसलं तर काढा. आपण नुसता निरोप पाठवला आणि 'चल, ये लढाईला' असं नुसतं म्हटलं तर चालणार नाही का?''

''नाही महाराज.''

''का बरं?''

''हे राजकारण फार विचित्र आहे महाराज.'' दुसरा एक प्रधान लांब तोंड करून म्हणाला.

''युद्धासाठी आधी काहीतरी कारण निर्माण व्हावं लागतं. मग युद्ध व्हावे, असा नियमच आहे.''

''फारच विचित्र नियम आहे हा!'' महाराज त्रासून म्हणाले, ''बरं, ते असो. काहीतरी निमित्त काढा ना शोधून! इतकी तुम्ही हुशार माणसं! तुम्हाला लढाईसाठी एक कारण काढता येत नाही छानसं?''

राजेसाहेबांचे मेव्हणे त्यांच्याच कृपेने प्रधानमंडळात होते. ते डोके खाजवीत म्हणाले, ''कारण काढायला कितीसा वेळ? परवाच माझा एक मित्र सांगत होता की, ह्या आपल्या पलीकडच्या राज्यातले लोक फारच आळशी आहेत. सकाळी लवकर कोणी उठत नाही. आपण त्यांना याबद्दल जाब विचारू.''

''काय म्हणून विचारायचं?''

''का नाही उठत लवकर? असं विचारायचं. लवकर उठा नाहीतर लढाईला तयार व्हा असा दम भरायचा अन् लगेच सैन्य सरहद्दीकडे न्यायचं.''

''हां, ही गोष्ट चांगली आहे.'' महाराजांनी टाळी वाजवली, ''प्रधानजी, लिहा तसं त्यांना पत्र.''

मुख्य प्रधान भीत-भीत बोलले, ''पण महाराज–''

''पण नाही अन् बिण नाही. ताबडतोब लिहून टाका पत्र. सांडणीस्वार जाऊ द्या.''

महाराजांनी एकदम आज्ञा केल्यावर कोणाचे चालणार थोडेच! खलिता तयार झाला आणि शेजारच्या राजाकडे ते पत्र तातडीने पाठवण्यात आले. पत्र पाठवल्याबरोबर सैन्याची सिद्धता करण्याबद्दल राजाने आज्ञा केली. सैन्याने आपली गंजलेली हत्यारे धुऊन-पुसून काढली. मग 'आगेकूच'ची आज्ञा झाल्यावर सगळे सैन्य दोन्ही राज्याच्या सीमेवर जाऊन पोहोचले. सीमेपाशी न थांबता लगेच युद्ध सुरू करण्याचा राजाचा विचार होता, पण शूत्रच्या प्रदेशात कुणीच सैनिक दिसेनात. शिवाय त्यांचे उत्तर येईपर्यंत आपण थांबावे हे बरे, असे मुख्य प्रधानांनी सुचविल्यामुळे राजाने आपला बेत रद्द केला.

आठ-दहा दिवसांतच त्या शेजारच्या राजाचे उत्तर घेऊन सांडणीस्वार आला. राजाने ताबडतोब सगळ्यांची बैठक बोलावली. पत्र वाचायला सांगितले. मुख्य प्रधानांनी पत्र वाचायला प्रारंभ केला.

"...तुमचे म्हणणे पूर्णपणे बरोबर आहे. आमच्या राज्यातील लोक पूर्णपणे आळशी आहेत आणि ते सकाळीही लवकर उठत नाहीत. तुमचे पत्र आल्याबरोबर आम्ही सगळीकडे जाहीर केले की, आळस सोडा आणि सकाळी उठण्यास तयार व्हा. कळविण्यास आनंद होतो की, त्याप्रमाणे लोक हल्ली लवकर उठू वगैरे लागले आहेत. त्यांनी आळस तर अजिबात टाकून दिला आहे. तेव्हा या प्रकरणी युद्ध करण्याची काहीही गरज राहिलेली नाही. बहुत काय लिहिणे!..."

महाराजांची मुद्रा एकदम उतरली. ते खालच्या मानेने म्हणाले, "हे असं चमत्कारिक पत्र येईल अशी मुळीच कल्पना नव्हती. आता काय करायचं?"

"एक कारण गेलं तर दुसरं कारण," राजाचे मेव्हणे उत्साहाने म्हणाले, "माझा दुसरा मित्र मला सांगत होता की..."

"मरो रे तुझा मित्र!" राजेसाहेब त्रासून म्हणाले, "प्रधानजी, आता तुम्हीच एखादं छानसं निमित्त काढा. हे असं पुन्हा उपयोगी नाही."

प्रधानजींनी बराच वेळ विचार केला. डोके खाजवले. मग ते म्हणाले, "त्याचं असं आहे महाराज, लढाई ही तशी फार गंभीर गोष्ट आहे."

"बरं मग?"

"तेव्हा ती सुरू करायला कारणही तसंच गंभीर, भारदस्त पाहिजे."

"मग काढा. एखादं जबरदस्त कारण काढा."

प्रधानजींनी पुन्हा डोके खाजवले. मग ते म्हणाले, "आपल्या राज्याला लागूनच त्यांचं मोठं अरण्य आहे आणि काही खेडेगावंही आहेत. हा प्रदेश आमचाच आहे असं आपण म्हणू या. हा प्रदेश ताबडतोब परत करा, नाहीतर युद्धाला तयार व्हा, असा आपण निरोप पाठवू या. म्हणजे मग त्यांना लढाईशिवाय दुसरा मार्गच राहणार नाही."

"वा प्रधानजी, वा! फार छान!" महाराज एकदम खूश झाले, "मजा केली तुम्ही मोठी!"

"त्याचं उत्तर 'नाही' म्हणून आलं रे आलं–"

"की लगेच 'हरहर महादेव' असंच ना?"

"होय महाराज."

तिथल्या तिथे बैठकीत पत्राचा मसुदा तयार करण्यात आला. पत्र अत्यंत कडक भाषेत लिहावे अशी महाराजांनी सूचना केल्यामुळे खास तिखटाची पूड आणून ती शाईत मिसळण्यात आली. त्यानंतर ते मिरच्यांच्या पोत्यात घालून दुसऱ्या राज्याकडे

त्वरेने धाडण्यात आले. इकडे युद्धाची जय्यत तयारी करण्यात आली. सैनिकांनी पुन्हा एकदा तलवारी चिंचेने घासून काढल्या. लिंबू-राख घासून तोफा चकचकीत केल्या. महाराज आणि प्रधानमंडळ स्वत: सरहद्दीवर येऊन दाखल झाले. आता शत्रूचे उत्तर आले रे आले की, शस्त्रांचा खणखणाट सुरू करायचा.

चार-सहा दिवसांनी शेजारच्या राजाचा दूत घोड्यावरून दौडतदौडत आला. त्याने दिलेले पत्र मुख्य प्रधानांनी वाचायला सुरुवात केली–

"...तुम्ही लिहिता त्याप्रमाणे सरहद्दीवरचे सर्व अरण्य तुमच्या मालकीचे आहे की काय, याविषयी आम्ही जुने कागदपत्र चाळून संपूर्ण शोध केला. कळविण्यास आनंद वाटतो की, हे अरण्य संपूर्णपणे तुमचेच आहे, असे आमच्या दृष्टोत्पत्तीस आले. तरी हे अरण्य आणि त्या जवळपासची खेडी यांचा आपण कृपा करून ताबडतोब ताबा घ्यावा. दहा-पाच झाडे कमी-जास्त असल्यास दुसरीकडील कोठलीही घेऊन भरती करावी. मात्र या अरण्यात दलदल फार माजली असून डास-मच्छरही विपुल आहेत. तेथील खेडेगावांतून रोगराईची साथही जोरात पसरली असल्याचे आमच्या कानावर आले आहे. तरी ताबा घेताना कृपा करून आपल्या सैनिकांना योग्य ती काळजी घेण्याबाबत सूचना द्याव्यात. हे अरण्य आमच्या राज्यात कसे आले याबद्दल चौकशी करीत असून, या हलगर्जीपणाबद्दल बेजबाबदार अधिकाऱ्यांना कडक शिक्षा करण्याचे आम्ही ठरवले आहे...''

शेजारच्या राजाचे हे पत्र वाचून महाराज अंबारीतल्या अंबारीत मटकन खाली बसले. सगळ्या प्रधानांची तोंडे काळवंडली. आता महाराज काय शिक्षा करतात या कल्पनेने मुख्य प्रधानांच्या तोंडचे पाणी पळाले. सगळीकडे दु:खाचे आणि शोकाचे वातावरण पसरले.

थोड्या वेळाने पुन्हा बैठक भरली. महाराज दु:ख करीत म्हणाले, "प्रधानजी, तुमचा सल्ला ऐकला हीच आमची चूक झाली.''

"होय महाराज.''

"तुम्हाला वाटलं, आपण शहाणे...''

"चूक झाली महाराज...''

"आता तरी नीट विचार करा. झाली गोष्ट होऊन गेली. युद्ध कसं सुरू करता येईल यावर आपण सगळेजण विचार करू या.''

सगळ्यांनी मिळून खूप विचार केला. एकाने सुचविले की, शेजारच्या राजाची कन्या उपवर आहे. तेव्हा तिला मागणी घालावी म्हणजे कदाचित युद्ध सुरू होण्याची शक्यता आहे, पण आत्तापर्यंतचे अनुभव विचारात घेता हा उपाय निरुपयोगी वाटला. जर त्याने चटदिशी हो म्हटले तर मग फारच पंचाईत होईल, असे खुद्द महाराजांचेच मत पडले. इतक्या राण्यांत आणखी एका राणीची भर

पडेल. त्यामुळे राजपुत्र आणि राजकन्या यांचीही संख्या वाढण्याचा संभव आहे, हे सगळ्यांच्या लक्षात आल्यामुळे तो विचार रद्द झाला. शिवाय ही उपवर राजकन्या कुरूप आहे हेही कुणीतरी सांगितल्यामुळे तो विचार नको हे पक्के झाले. मग दुसऱ्या प्रधानाने सुचवले की, शेजारच्या राजाला खंडणी पाठवण्याबाबत पत्र पाठवावे. म्हणजे खंडणी तरी येईल किंवा युद्ध तरी करावे लागेल. काही झाले तरी आपला फायदाच होईल. ही कल्पना सुरुवातीला चांगली वाटली, पण आपल्याकडे सुवर्णाची नाणी आहेत आणि त्यांच्याकडे चामड्याची नाणी आहेत हे कोषाध्यक्षांनी ध्यानात आणून दिल्यामुळे हाही विचार बदलला. अशी पुष्कळ चर्चा झाली, पण शेवटी काहीही निष्पन्न झाले नाही.

शेवटी महाराज चिडून म्हणाले, ''बस बस! आता मी सांगतो तोच खरा उपाय. लिहा त्यांना पत्र. म्हणावं 'युद्धाला तयार व्हा.' बाकी काही लिहू नका. फक्त एवढंच लिहा.''

महाराजांची ही सूचना शेवटी सगळ्यांनी मान्य केली. पत्र गेले. पुन्हा सगळेजण वाट पाहत राहिले. आता त्यांचे उत्तर आले की, सैन्याला पुढे घुसण्याची आज्ञा द्यायची. 'आगे बढो' म्हणून सांगायचे, असे ठरले. उत्तर येण्यापूर्वीच शत्रूच्या मुलखात घुसावे आणि लढाई सुरू करावी असेही कुणीतरी सुचवून पाहिले, पण शत्रूच्या मुलखात एकही सैनिक दिसत नसल्यामुळे आणि शत्रूसैन्य समोर असल्याशिवाय युद्ध करणे अशक्य असल्यामुळे तो बेत सोडून देण्यात आला. त्यांचे उत्तर आल्यावर लढायचे असे ठरले.

पण शेजारच्या राजाकडून उत्तर लवकर आलेच नाही. चार दिवस गेले. आठ दिवस गेले, पंधरा दिवस गेले, महिना गेला तरी काही उत्तर नाही हे पाहून राजा गोंधळात पडला. हा काय प्रकार असावा याची त्याने चौकशी केली. प्रधानांना तरी काय ठाऊक! कोणी म्हणाले, कदाचित आपले पत्रच वाटेत गहाळ झाले असावे. कोणी म्हणाले, पत्राचे उत्तर न पाठवण्याइतका तो राजा माजलेला असावा. कोणी म्हणाले, काय उत्तर पाठवावे याबद्दल अजून त्यांच्यात चर्चा चाललेली असावी.

या उत्तरांनी महाराजांचे समाधान झाले नाही. ते संतापून म्हणाले, ''ते काही नाही. प्रधानजी, तुम्ही समक्ष जाऊन या. काय ते उत्तर घेऊन या. त्यांना म्हणावं, उत्तर तरी द्या, नाही तर लढाईला तयार व्हा.''

''अन् त्यांनी नाही उत्तर दिलं तर?'' दुसऱ्या प्रधानाने विचारले.

''मग लढाई. हरहर महादेव!''

''अन् नको म्हणाले लढाई तर?''

''नको कसं म्हणतील? नको म्हणण्याची त्यांची काय टाप लागून गेली आहे?'' महाराज ओरडले, ''नको म्हणाले तर मग युद्धाचा प्रसंग ओढवेल

म्हणावं.''

तिसरा प्रधान म्हणाला, ''पण ते जर म्हणाले की, आम्ही युद्ध करीत नाही. तुम्ही काहीही सांगितले तरी नाही. तर मग?''

''मग म्हणावं– लढाईला तयार राहा. मग दुसरा पर्याय नाही.''

''आहा! महाराज, कसं बरोबर पेचात पकडलंय तुम्ही त्यांना. धन्य आपली!'' चौथ्याने मान डोलावली.

दुसऱ्या दिवशी महाराजांच्या आज्ञेनुसार मुख्य प्रधान घोड्यावर बसून रवाना झाले. कमरेला तलवार, पाठीशी ढाल, हातात भाला अशी सगळी जय्यत तयारी करून ते गेले. त्यांच्याबरोबर दहा-पाच माणसे पण गेली.

आठ दिवस गेले.

आठव्या दिवशी नखशिखांत धुळीने भरलेले प्रधानजी पुन्हा राजधानीत परत आले. ते आल्याचे समजताच सर्व प्रधान मंडळींची बैठक भरली. महाराजही वाट पाहत थांबले. आता ते काय निरोप सांगतात त्याची उत्सुकतेने प्रतीक्षा करीत राहिले.

''काय प्रधानजी, सांगितलंत सगळं ठरल्याप्रमाणं?''

''होय महाराज.'' प्रधानजी घाम पुसून हाशहूश करीत म्हणाले.

''मग काय निरोप आहे त्यांचा?''

प्रधानजी काही बोलेचनात. बोलावे की बोलू नये अशी घालमेल मनात चाललेली त्यांच्या तोंडावर दिसली.

''बोला ना! काय उत्तर दिलं त्यांनी?''

''ते म्हणाले–''

''हं–''

''आम्ही लढाईला तयार आहोत.''

''शाबास!'' महाराज खुशीत हसले. ''मग लवकर का नाहीत म्हणावं कळवलंत?''

''विचारलं मी–''

''मग?''

''ते म्हणाले, लढाईला आम्ही तयार आहोत, पण–''

''पण काय?''

''पण इतक्या ताबडतोबीनं आम्ही लढू शकणार नाही, म्हणून आम्ही उत्तर पाठवलं नाही म्हणाले.''

महाराजांना आश्चर्य वाटले. ''म्हणजे काय?''

प्रधानजींनी पुन्हा घाम पुसला. अडखळत-अडखळत ते म्हणाले, ''म्हणजे त्याचं असं आहे– ते म्हणाले, की आमची काही भांडायची इच्छा नाही. लढाईला तयार व्हा म्हणून तुमचं म्हणणं असेल तर आम्ही लढाईला तयार होऊ, पण

इतक्यात आम्हाला काही लढता येणार नाही–''

''कारण?''

''कारण लढाई कसली असते ते आम्हाला नीटसं ठाऊक नाही. ठाऊक नसताना लढाई करणं बरं नाही. तुमचा अपमान केल्यासारखे ते होईल. तेव्हा आम्ही लढाईचं शिक्षण वगैरे घ्यायला सुरुवात केली आहे. ते शिक्षण पूर्ण झालं म्हणजे मग मी तसा निरोप पाठवतो.''

''अस्सं?...'' महाराज थोडे विचारात पडले, ''बरं, पण किती दिवस लागतील हे शिक्षण घ्यायला हे काही सांगितलं का त्यांनी?''

''होय महाराज.''

''किती दिवस?''

''पंधरा ते वीस वर्षं.''

हे ऐकल्यावर महाराज मागच्या मागेच कोसळले. इतक्या जोराने की, जमिनीवर डोके आपटून ते बेशुद्धच झाले. सगळ्या मंडळींनी मिळून महाराजांना उचलले. एका प्रशस्त आसनावर निजवले. तोंडावर पाणी मारून पंख्याने वारा घातला. तेव्हा महाराज सावध झाले. उठून बसले. रागाने त्यांचे तोंड लाल झाले. हाताच्या मुठी थरथर कापू लागल्या. डोळे लालबुंद करून ते ओरडले, ''हे असं चालणार नाही. कळवा त्यांना. ताबडतोब पत्र पाठवा. म्हणावं लढाईचं शिक्षण ताबडतोब घ्या. नाहीतर... युद्धाला तयार व्हा!''

✵

जीवन : एक क्रीडांगण

'जीवन' आणि 'क्रीडांगण' या दोन्ही शब्दांचा अर्थ ठाऊक नव्हता असे रम्य बालपण आता संपले आहे, पण तेव्हा जीवनाचे मी अक्षरश: क्रीडांगण करून टाकले होते! खेळणे आणि उनाडक्या करणे याखेरीज दुसरे काहीही मी करीत नसे. (वाचनाचा नाद हा त्यावेळी उनाडक्यातच जमा होता!) सायकलचे रिकामे लोखंडी चाक घेऊन ती चकारी फिरवीत गावभर हिंडण्यात तेव्हा अगदी ब्रह्मानंद वाटे. अशा वेळी सबंध गावचे आम्ही क्रीडांगण करून टाकीत असू. गोट्या, लगोऱ्या, हुतुतू, झाडावरचे खेळ, मलखांब (थोडीशी तालीमसुद्धा) हे सगळे खेळ बाद होत गेले. विटीदांडू खेळताना 'राज्यपाणी'च्या खेळात चार-पाच वेळा तरी विट्टी डोळ्याजवळच्या भागाला लागून मोठ्या खोका पडल्या. दर वेळी डोळा थोडक्यात बचावल्याबद्दल आई देवाचे आभार मानी आणि मला शिव्या घाली. तेव्हापासून विटीदांडू संपलाच! मलखांब खेळताना उलटे फिरल्यावर पाय मलखांबाला घट्ट धरून ठेवायचे असतात हे एकदा विसरलोच आणि खाली आपटून तोंड फुटले, तेव्हापासून तोही नाद सुटला. हुतुतू बऱ्यापैकी खेळता येत होता आणि मी 'टीम'मधला 'जंपर' म्हणूनही प्रसिद्ध होतो, पण या खेळात अंगात बरीच रग लागते. ती नसल्यामुळे मी माघार घेतली.

पुढच्या शाळकरी वयात क्रिकेट खेळून पाहिला, पण समोरून भरधाव येणारा चेंडू पाहिल्यावर माझे डोळेच फिरत आणि हातापायांची जागच्याजागीच जलद हालचाल सुरू होई. एक-दोनदा या चेंडूने गुडघ्याच्या नडगीवरच निर्दयी हल्ला केल्यामुळे मला क्रिकेटची फारच दहशत बसली. या परदेशी खेळावर मी ताबडतोब बहिष्कार घातला. पुढे खेळ हा प्रकार जवळजवळ संपलाच.

हल्ली क्रीडांगणाशी फारसा संबंध येत नाही. क्रिकेटची नभोवाणीवरील धावती टीका ऐकून जे काही तात्पुरते स्फुरण येते तेवढेच. एरवी सगळे बैठे कामच आहे, पण जीवन हा एक खेळ आहे आणि आपण त्यातले भिडू आहोत ही कल्पना मनाला बरी वाटते. आताशा बराचसा खेळ नेहमीच्या दिनकर्मात, पोटापाण्याच्या उद्योगात आणि किंचितशा लिहिण्या-वाचण्यात जातो. उरलेल्या वेळात मित्रमंडळींच्या घोळक्यात

बसून गप्पा ठोकणे आवडते. या गप्पांची गोडी काय अवीट आहे! गप्पा हा एक बैठा खेळच आहे असे मला मधूनमधून वाटते. हाही खेळ कुशलतेने खेळावा लागतो. काही वेळेस तो रंगतो आणि काही वेळेस तो नीरस होतो. या खेळातही कधीकधी 'हीरो' होण्याचे भाग्य लाभते, मनाला व्यायाम वगैरे होतो, धडपडीचे आयुष्य जगायला हुरूप येतो; एकूण आनंदीआनंद असतो. कुठलातरी अनामिक सल मनाला बैचेन करीत असतो, तो नाहीसा होतो.

आयुष्य असे साधेसुधेच असावे असे मला वाटते. ते आपले आनंदाने जगावे. पेलतील एवढ्याच माफक महत्त्वाकांक्षा असाव्यात. वेड्यासारखे एखाद्या गोष्टीच्या मागे लागणे समजते, पण जमत नाही. ते फार मोठ्या दु:खालाही कारणीभूत होते. त्यापेक्षा 'विवेक क्रिया आपुली पालटावी' हे बरे वाटते. अंगातली रग बेताबेताची असेल तर 'सॉफ्ट' गेम उत्तम! 'हार्ड' गेमच्या वाटेला न जाणे शहाणपणाचे. पोटापुरती मिळकत, लहानसे घर, एक बायको, एक-दोन पोरेबाळे, थोडीशी समाजकार्याची हौस, थोडीशी कलेची उपासना, चार-दोन जवळचे मित्र, भरपूर गप्पागोष्टी आणि आनंद-दु:खाचा सोशिकपणे स्वीकार. बस्स! आयुष्य असे सरळ व साधे असावे. असे जीवन जगण्यासाठी लागणारा आनंद गप्पागोष्टींच्या खेळातून मिळतो. माफक महत्त्वाकांक्षा असली म्हणजे हा खेळ जमतोही छान! त्या दृष्टीने जीवन हे क्रीडांगणच आहे असे कुणी म्हटले तरी चालेल. क्रीडांगणाऐवजी 'गप्पांगण' हा शब्द कुणी सुचवला तरी आपली हरकत नाही!

क्रीडांगणावर आल्यावर माणसाच्या अंगी खिलाडूपणा येतो. निदान यावा असे म्हणतात. या नित्याच्या रुक्ष जीवनातही गप्पागोष्टीत तुम्ही रमला तरी हा खिलाडूपणा येण्यासारखा आहे. या खेळात दोन द्यावे, दोन घ्यावे लागतात. येथेही कधीकधी जखमा होतात. कधी पराभव पत्करावा लागतो, पण खेळाडूंची आनंदी वृत्ती कायम असेल तर याचाही आनंद लुटता येतो. समबळ प्रतिस्पर्धी असेल तर या खेळातही ईर्षा निर्माण होते, नाही असे नाही! आयुष्याचा खेळ निरनिराळ्या पद्धतीने खेळता येतो. ज्याला जी रीत बरी वाटेल ती त्याने घ्यावी. मला आपली ही पद्धत बरी वाटते. 'खेळाडूने आपले खेळत राहावे. खेळण्याचे सुख घ्यावे. यश-अपयशाची नोंद 'स्कोअर-बुका'त दुसरे करतील. आपण त्यात डोकावू नये!'

☆